Heilsumatseðill
Ármótspeningur í Eldhúsinu

Hafdís Ólafsdóttir

Ég tek saman

Egg blandað með cogumelos og espinafres 19

Porções: 1 19

Hráefni: 19

Ábendingar: 19

Pönnukökur saltaðar án kaffis af afgöngum 21

Svæði: 4 21

Hráefni: 21

Ábendingar: 22

Frapê de Café Maple 23

Porções: 2 23

Hráefni: 23

Ábendingar: 23

Muffins de Farinha de Amêndoa e Chocolate com Manteiga de Amendoim 24

Hráefni: 24

Ábendingar: 24

ljúffengt tófú 26

Svæði: 4 26

Hráefni: 26

Ábendingar: 26

Couve-flor með quellejo og tomilho 28

Porções: 2 28

Hráefni: 28

Ábendingar: 29

Milho Doce Muffins 30
Porções: 1 30
Hráefni: 30
Ábendingar: 30
Ferskt og ávaxtaríkt semifreddo 32
Porções: 2 32
Hráefni: 32
Tosta de Salmão með rjómaosti Porções: 2 34
Hráefni: 34
Ábendingar: 34
Porções de aveia smakkað með brúðkaupum og banana 35
Svæði: 9 35
Hráefni: 35
Ábendingar: 36
Batata og Feijão 37
Svæði: 4 37
Hráefni: 37
Ábendingar: 38
Pêssegos Com Mel De Amêndoas E Ricota 39
Svæði: 6 39
Hráefni: 39
Ábendingar: 39
pão de abobrinha 41
Svæði: 6 41
Hráefni: 41
Ábendingar: 42
Porções de paus de canela e maçãs 43

Svæði: 4 43

Hráefni: 43

Ábendingar: 44

Porções de bláberjamuffins 45

Porções: 10 45

Hráefni: 45

Ábendingar: 46

Bláberja smoothie skammtar 47

Porções: 1 47

Hráefni: 47

Ábendingar: 47

Batata-doce recheada com maçã e canela Porções: 4 49

Hráefni: 49

Ábendingar: 50

Tómatar mótteknir með eggjum 51

Porções: 2 51

Hráefni: 51

Ábendingar: 51

Porções mexidas de couve açafrão 52

Porções: 1 52

Hráefni: 53

Ábendingar: 53

Caçarola de Queijo e Linguiça com Tasty Marinara 54

Hráefni: 54

Ábendingar: 54

Porções de Pudim de Chia com Leite Dourado: 4 56

Hráefni: 56

Ábendingar: ... 57
Porções de Bolo de Cenoura: 2 ... 58
Hráefni: ... 58
Ábendingar: ... 58
panquecas de mel ... 60
Porções: 2 ... 60
Hráefni: ... 60
Ábendingar: ... 61
Crepes án glass Skammtar: 10 ... 63
Hráefni: ... 63
Ábendingar: ... 64
Arroz de cenoura com ovo mexido ... 65
Svæði: 3 ... 65
Hráefni: ... 65
Ábendingar: ... 66
Batata doce no café da manhã ... 68
Svæði: 6 ... 68
Hráefni: ... 68
Ábendingar: ... 68
Eggamuffins með fetaosti og quinoa Porções: 12 ... 69
Hráefni: ... 69
Ábendingar: ... 70
Saltar ricotta skálar: 1 skammtur ... 71
Hráefni: ... 71
Ábendingar: ... 71
Cúrcuma con leite: 2 skammtar ... 73
Hráefni: ... 73

Ábendingar: 73
Grænn Shakshuka: 4 skammtar 74
Hráefni: 74
Ábendingar: 75
Kínóa próteinduft: 77
Porções 12 77
Hráefni: 77
Ábendingar: 78
Muffins de Cenoura og Gengibre 80
Svæði: 12 80
Hráefni: 80
Mingau de mel quente: 4 porções 82
Hráefni: 82
Ábendingar: 82
Afgangur af kaffisalati: 83
4 porções 83
Hráefni: 83
Ábendingar: 84
Quick quinoa með reyr og chiafræjum: 85
2 porções 85
Hráefni: 85
Ábendingar: 85
Sætar kartöfluvöfflur 87
Porções: 2 87
Hráefni: 87
Ábendingar: 87
Omelete de cogumelos, quinoa espargos 89

Svæði: 3 89

Hráefni: 89

Ábendingar: 90

Egg Rancheros: 3 porções 91

Hráefni: 91

Ábendingar: 92

Omelete de cogumelos og espinafres 93

Porções: 2 93

Hráefni: 93

Ábendingar: 93

Vöfflur de Banana og Abóbora 95

Svæði: 4 95

Hráefni: 95

Ábendingar: 96

Egg eftir með lík Porções: 2 97

Hráefni: 97

Ábendingar: 97

Rjómalöguð parmesan hrísgrjón með cogumelos og couve-flor 98

Hráefni: 98

Ábendingar: 98

Rancho de Brócolis Assado með Cheddar 100

Porções: 2 100

Hráefni: 100

Ábendingar: 100

Ofurprótein Mingau 102

Porções: 2 102

Hráefni: 102

Ábendingar: 103
Aveia com manga og coco 104
Porções: 1 104
Hráefni: 104
Ábendingar: 104
Porções de omelete de cogumelos y spinafres 106
Svæði: 4 106
Hráefni: 106
Ábendingar: 106
Maçãs con canela cozidas engin gufa 108
Svæði: 6 108
Hráefni: 108
Ábendingar: 108
heilhveitibrauð 109
Svæði: 8 109
Hráefni: 109
Ábendingar: 110
Omelette de tomate 111
Porções: 1 111
Hráefni: 111
Ábendingar: 111
Hafið það með mascavo og canela 113
Svæði: 4 113
Hráefni: 113
Ábendingar: 113
Mingau com peras assadas 115
Porções: 2 115

Hráefni: 115

Ábendingar: 116

Crepes með sætum rjóma 118

Porções: 2 118

Hráefni: 118

Ábendingar: 118

aveia brauðrasp 120

Porções: 1 120

Hráefni: 120

Ábendingar: 120

Ljúffengur með ilm um borð 122

Svæði: 4 122

Hráefni: 122

Ábendingar: 122

Morango og kiwi smoothie 124

Porções: 1 124

Hráefni: 124

Ábendingar: 124

Mingau de linhaça con canela 125

Svæði: 4 125

Hráefni: 125

Ábendingar: 125

Kaffistangir af afgangi með bláberjum og sætum kartöflum: 8 127

Hráefni: 127

Ábendingar: 127

Láttu smakka með sérstökum fylgihlutum 129

Svæði: 6 129

Hráefni: 129

Ábendingar: 130

Egg mexidos með espinafre og tómötum 131

Porções: 1 131

Hráefni: 131

Ábendingar: 131

Suðræn smoothie af kvöldi, góma og ávöxtum 133

Porções: 1 133

Hráefni: 133

Ábendingar: 133

Frönsk torrada með canela og baunilha 135

Svæði: 4 135

Hráefni: 135

Ábendingar: 135

ljúffengt perú 137

Svæði: 4 137

Hráefni: 137

Ábendingar: 138

Espaguete com Queijo, Manjericão og Pesto 140

Hráefni: 140

Ábendingar: 140

Laranja og pêssego smoothie 142

Porções: 2 142

Hráefni: 142

Ábendingar: 142

Muffins de Banana og Manteiga de Amêndoa 143

Svæði: 6 143

Hráefni: 143

Ábendingar: 144

Enskur ricotta 145

Porções: 1 145

Hráefni: 145

Ábendingar: 145

Bólgueyðandi hár og vax smoothie Porções: 1 147

Hráefni: 147

Ábendingar: 147

Shakshuka Picante 149

Svæði: 4 149

Hráefni: 149

Ábendingar: 150

Lestu klukkuna í 5 mínútur 152

Porções: 1 152

Hráefni: 152

Ábendingar: 153

Aveia simples no café da manhã 154

Porções: 1 154

Hráefni: 154

Ábendingar: 154

Túrmerik prótein rósir 156

Svæði: 8 156

Hráefni: 156

Ábendingar: 156

Cheddar Kale eggjakaka 158

Svæði: 6 158

Hráefni: 158
Ábendingar: 158
Miðjarðarhafs eggjakaka 160
Svæði: 6 160
Hráefni: 160
Ábendingar: 161
Porções de Trigo Sarraceno Canela Gengibre Porções: 5 162
Hráefni: 162
Ábendingar: 163
panquecas de center 164
Svæði: 6 164
Hráefni: 164
Ábendingar: 164
Smoothie de toranja e framboesa Porções: 1 166
Hráefni: 166
Ábendingar: 166
Porções de Granola de Manteiga de Amendoim 167
Svæði: 8 167
Hráefni: 167
Ábendingar: 167
Blandað egg borðað með ávaxtaskömmtum: 6 169
Hráefni: 169
Ábendingar: 169
Tími til að búa til chia og ekkert kaffi eftir: Tími: 2 171
Hráefni: 171
Ábendingar: 171
Muffins de ruibarbo, maçã og gengibre 173

Svæði: 8 173

Hráefni: 173

Korn og ávextir ekkert kaffi eftir 176

Svæði: 6 176

Hráefni: 176

Ábendingar: 176

Bruschetta með tómötum og manjericão 178

Svæði: 8 178

Hráefni: 178

Ábendingar: 178

Panquecas de Coco og Canela 180

Porções: 2 180

Hráefni: 180

Ábendingar: 180

Avelã Cranberry Banana Aveia: Porções: 6 182

Hráefni: 182

Ábendingar: 183

Torradas með söltuðu eggi 184

Porções: 2 184

Hráefni: 184

Ábendingar: 184

Pudim með chia og canela fræjum 186

Porções: 2 186

Hráefni: 186

Ábendingar: 186

ovos og quellejo 187

Porções: 1 187

Hráefni: 187

Ábendingar: 187

Tex-Mex Hash Browns 189

Svæði: 4 189

Hráefni: 189

Ábendingar: 189

Shirataki með Abacate og kremum 191

Porções: 2 191

Hráefni: 191

Ábendingar: 191

Ljúffengur porções de mingau 193

Porções: 2 193

Hráefni: 193

Ábendingar: 194

Panquecas af hveiti af amêndoa með þessum kremum 195

Porções: 2 195

Hráefni: 195

Ábendingar: 195

Muffins de Queijo með Sementes de Linhaça og Sementes de Cânhamo

Porções: 2 197

Hráefni: 197

Ábendingar: 198

Vöfflur de couve-flor með quellejo og cebolinha 200

Porções: 2 200

Hráefni: 200

Ábendingar: 200

Samlokur af kaffi frá Manhã 202

Porções: 1 202

Hráefni: 202

Ábendingar: 202

Saltar grænmetismuffins 203

Porções: 5 203

Hráefni: 203

Ábendingar: 204

panquecas de abobrinha 206

Svæði: 8 206

Hráefni: 206

Ábendingar: 207

Hambúrguer með ovo og abacate 208

Porções: 1 208

Hráefni: 208

Ábendingar: 208

Espinafre bragðmiklar og rjómalöguð 210

Porções: 2 210

Hráefni: 210

Ábendingar: 210

Aveia Especial Maçã Canela 212

Porções: 2 212

Hráefni: 212

Ábendingar: 212

Egg og belgjurtir (bólgueyðandi sprengja) 214

Svæði: 4 214

Hráefni: 214

Ábendingar: 215

Egg blandað með cogumelos og espinafres

Porções: 1

Hráefni:

2 egg claras

1 lota af heilhveiti torrada

½ c. nýgerð cogumelos

2 litir. Þessi ameríski án gleði

Pimenta

1 colher de chá. azeite

1 c. ferskt espinafre picado

1 heilt egg

Ábendingar:

1. Settu steikarpönnu við meðalháan hita og bættu við olíu. Hristið olíuna til að húða spjaldið og vatn í eina mínútu.

2. Adicione os spinafres e os cogumelos. Refogue até eða espinafre murchar, reyndu 2 til 3 mínútur.

3. Um leið og þetta er gert, í tígla, þeytið eggið, eins skýrt og það.

Temperas semja pimenta.

4. Blandið eggjunum á pönnuna og blandið þar til eggin eru soðin, í 3 til 4 mínútur.

5. Njóttu og njóttu með heilli torrada.

Næringarupplýsingar:Hitaeiningar: 290,6, Gordura: 11,8 g, Kolvetni: 21,8 g, Prótein: 24,3 g, Sýrur: 1,4 g, Natríum: 1000 mg

Pönnukökur saltaðar án kaffis af afgöngum

Svæði: 4

Sýningartími: 6 mínútur

Hráefni:

½ xicara af amêndoa hveiti

½ xicara af tapíókamjöli

1 x kókosskel

½ skeið af pimenta í tvennt

¼ setjið afgangana saman

½ cebola roxa, picada

1 kýla af fólki aftan frá, súrsuðum

½ tommu tyggjó, rakað

1 colher de chá de sal

¼ litur af smá preta moída pimenta

Ábendingar:

1. Blandið öllu hráefninu varlega saman í skál.

2. Vökvaðu ísskáp á meðal-lágum hita og smyrðu með olíu.

3. Takið ¼ bolla af massanum á pönnuna og bætið blöndunni saman við til að búa til pönnu.

4. Steikið í 3 mínútur á hvorri hlið.

5. Mundu að massinn er tilbúinn.

Næringarupplýsingar:Kaloríur 108 Samtals Gordura 2 g Mettuð Gordura 1 g Samtals Kolvetni 20 g Fljótandi kolvetni 19,5 g Prótein 2 g Sýra: 4 g Trefjar: 0,5 g Natríum: 37 mg Kalíum 95 mg

Frapê de Café Maple

Porções: 2

Hráefni:

1 sópa. Kakó og borðum það

½ c. Leite með litla kenningu um ánægju

2 litir. Hrein brún xarope

½ c. ferskt kaffi

1 lítill madura banani

1 c. Bökunarjógúrt með lágu gorduratei

Ábendingar:

1. Setjið banana án vökva eða matvinnsluvélar og kylfu.

2. Bætið hinum hráefnunum saman við og blandið saman til að fá slétta og rjómalaga blöndu.

3. Sirva strax.

Næringarupplýsingar:Hitaeiningar: 206, Gordura: 2 g, Kolvetni: 38 g, Prótein: 6 g, Sýrur: 17 g, Natríum: 65 mg

Muffins de Farinha de Amêndoa e Chocolate com Manteiga de Amendoim

Svæði: 6

Svefntími: 25 mínútur

Hráefni:

1 x skál af amêndoa hveiti

1 skál af gerjuðu geri í skálinni

1/8 colher de chá de sal

½ xícara af erýtrítóli

1/3 tsk af þangi, óhitað

2 lífræn egg

1/3 bolli af afgangi af manteiga, óhituð

2 litir af kakóbaunum

Ábendingar:

1. Settu eða ofn, stilltu hitastigið á 350°F og forvatnaðu.

2. Í þessu tilviki skaltu hella hveitinu í skál, súrdeig eða gerja, salt eða erýtrítól og blanda til að það verði einsleitt.

3. Síðan, eftir suðu, bætið við eggjunum og bætið hráefninu út í, blandið þeim saman við og bætið svo kakóbaununum út í.

4. Búið til muffinsform sem rúmar sex kökur, setjið muffinsformin í, takið þau jafnt úr tilbúnum massa og látið standa í ofni í 25 mínútur þar til muffins eru eldaðar og brúnaðar.

5. Þegar þessu er lokið skaltu setja muffins í lag til að kólna alveg, pakka hverri muffins inn í álpappír og fjarlægja ísinn í fimm daga.

6. Njóttu muffins þegar þær eru tilbúnar.

Næringarupplýsingar:Kaloríur 265, alls góðs 20,5 g, heildar kolvetni 2 g, prótein 7,5 g

ljúffengt tófú

Svæði: 4

Biðtími: 20 mínútur

Hráefni:

2 litir af ristaðri gergelimolíu

1 litur af ristuðum þrúgusafa

2 litir af sojasoja með lágu natríuminnihaldi

½ colher de chá de cebola em pó

1 colher de chá de alho em pó

1 blokk af tofu, í teningum

1 skál af kartöflu fécula

Ábendingar:

1. Blandið öllu hráefninu saman í skál, exceto eða tofu og kartöflufécula.

2. Blöndur bem.

3. Viðbót eða tofu à tigela.

4. Látið marinerast í 30 mínútur.

5. Polvilhe eða tofu með kartöflu fécula.

6. Bætið tofu eða tofu í fritadeira körfuna.

7. Steikið við 370 gráður F í 20 mínútur, hrærið hálfa leið.

Couve-flor með quellejo og tomilho

Porções: 2

Svefntími: 15 mínútur

Hráefni:

½ xícara de mussarela ralada

¼ x cara de parmesão ralado

¼ stórt blómahaus

½ xícara de couve crepe

1 stórt lífrænt egg

1 stykki af grænum cebolinha

½ litur af sopa de azeite

½ colher de chá de alho em pó

¼ colher de chá de sal

½ litur af sopa de gergelim fræjum

1 colher de chá de tomilho ferskur, súrsaður

¼ colher de pimenta preta rachada

Ábendingar:

1. Setjið couve-florið í matvinnsluvél, bætið við cebolinha, couve-rábano og eða tomilho og þeytið í 2 til 3 mínútur til að það verði einsleitt.

2. Blandið blöndunni saman í skál, bætið afganginum út í og blandið vel saman.

3. Bakið í formi vöfflu, smyrjið með olíu og, þegar það er mjög heitt, fjarlægið helminginn af tilbúnum massa, setjið í ofninn og látið í ofninn, brúnið og kvittið.

4. Þegar búið er að setja vöfflurnar yfir í skál og hinum vöfflunum bætt út í á sama hátt með því að nota afganginn.

5. Sirva strax.

Næringarupplýsingar: Kaloríur 144, Heildarkolvetni 8,5, Gordura Samtals 9,4g, Prótein 9,3g, Sýra 3g, Natríum 435mg

Milho Doce Muffins

Porções: 1

Hráefni:

1 sópa. Þar gerja ég án natríums

¾ c. þú átt ekki mjólk

1 colher de chá. Hreint baunilha extrato

½ c. açúcar

1 c. heilhveiti farinha branca

1 c. mjólkurmjöl

½ c. canola olíu

Ábendingar:

1. Forhitaðu ofninn við 400 ° F. Bakaðu slatta af 12 muffins með álpappír og geymdu.

2. Setjið hveitið, hveitið eða gerjunina í skál og blandað saman.

3. Bæta við eða mjólk, eða olíu og við baunilha og blandaðar blöndur.

4. Skiptið massanum jafnt á milli muffinsformanna. Setjið muffinslaga kökuna inn í miðjan ofn og á borðið í 15 mínútur.

5. Takið úr ofninum og setjið ofan á til að kólna.

<u>Næringarupplýsingar:</u>Hitaeiningar: 203, Gordura: 9 g, Kolvetni: 26 g, Prótein: 3 g, Sýrur: 9,5 g, Natríum: 255 mg

Ferskt og ávaxtaríkt semifreddo

Porções: 2

Svefntími: 0 mínútur

Hráefni:

½ xicara af fersku yams

Hundaskál

1 skeið af hlynsírópi

2 litir af chia fræ sópa

16 onças af náttúrulegri jógúrt

Ferskir ávextir: ást, nektarína eða fatiados morangosÁbendingar:

1. Notaðu garfo, blandaðu framboesas í tígla til að fá samkvæmni af geléia. Bæta við canela, eða xarope og sem chia fræ. Haltu áfram að blanda þar til allt hráefnið er blandað saman. Pôr de lado.

2. Berið fram í tveimur skömmtum, til skiptis af jógúrt og blöndu.

Skreytið með bitum af ferskum ávöxtum.

Næringarupplýsingar:Kaloríur 315 Gordura: 8,7 g Prótein: 19,6 g Natríum: 164 mg Heildarkolvetni: 45,8 g Fæðutrefjar: 6,5 g

Tosta de Salmão með rjómaosti Porções: 2

Biðtími: 2 mínútur

Hráefni:

Torrada heil eða hundrað, tvær feitar

Rauður cebola, smátt saxaður, tveir litir af sópa

Þetta rjóma, lítið bragð af góðgæti, tvær skeiðar af gosi

Food flocos, meia colher de chá

Rucula eða saxað spínat, 1/2 tsk

Salmão deumado, duas onças

Ábendingar:

1. Ristið trigo brauðið. Blöndur eða rjómaostur og/eða manjericão og espalhe þessa blöndu í torradas. Viðbót eða salmão, til rúcula og til cebola.

Næringarupplýsingar:Kaloríur 291 Gordura 15,2 grömm Kolvetni 17,8

gramas de açúcar 3 gramas

Porções de aveia smakkað með brúðkaupum og banana

Svæði: 9

Biðtími: 40 mínútur

Hráefni:

Aveia in flocos - 2,25 xícaras

Amassada banani - 1 xicara

Egg - 2

Pasta de tâmaras - 2 sópa litir

sojaolía - 3 skeiðar af soja

Tilbúið til að borða, án matreiðslu - 1 x Cara

Bakstur aukalega - 1 stykki af brauði

Sal marine - 0,5 colher de chá

Canela - 1 colher de chá

Fermento em pó - 1 colher de chá

Picadas Nozes - 0,5 xícara

Ábendingar:

1. Vökvaðu ofninn við 350 gráður Fahrenheit og smyrðu eða smyrðu bökunarplötu með pappír til að forðast sprungur.

2. Blandið saman tâmaras-mauki í skál með bananamauki, amêndoa leite, eggjum, sojaolíu og baunilha. Bata þessa blöndu þar til tâmaras-maukið er alveg blandað saman við hin hráefnin án kekki. Þessar maukuðu bananauppskriftir eru góðar.

3. Blandið laufum, canela eða marineruðu salti og gerjun saman við bananablönduna og bætið síðan varlega súrum gúrkum saman við.

4. Um leið og bananinn og sumargrænmetið er blandað saman skaltu dreifa blöndunni í tilbúið bökunarform og setja í miðju ofnsins. Deixe cozinhar até que aveia esteja dourada e signatures, reyndu de trenta a trenta og fimm mínútur. Takið þurrkað deigið úr ofninum og látið þorna í innan við fimm mínútur áður en það er borið fram. Til að njóta með ferskum ávöxtum og jógúrt.

Batata og Feijão

Svæði: 4

Vinnutími: 50 mínútur

Hráefni:

Batatas í teningum - 4 xícaras

Fatiados cogumelos - 0,5 xícara

krydd í teningum - 1

Abobrinha í teningum - 1 xícara

Skildu kexið eftir í teningunum - 1 x Cara

Feijão carioca, cozido - 1,75 xícara

Preta pimenta, moída - 0,25 colher de chá

Rakuð Páprica - 0,5 colher de chá

Sal marine - 0,5 colher de chá

Cebola em pó - 1,5 colher de chá

Alho em pó - 1,5 colher de chá

Ábendingar:

1. Vökvaðu ofninn við 425 gráður á Fahrenheit og bætið við stórri álpappír með bökunarpappír.

2. Bætið batatas við teningana á tabuleiro og tempera með saltmarinering og pimenta preta. Setjið batatana í tempraða teninga inn í ofn eftir smekk í fimm mínútur. Safnaðu batatas og góðum blöndum.

3. Blandið hráefnunum tveimur saman í stórum ísskáp sem rúmast í ofninum eins mikið og hægt er. Eftir að kartöflurnar eru hálfsoðnar í kæli skaltu taka þær úr ofninum til að steikja kartöflurnar og steikja belgjurtirnar. Deixe sem tveir skammtar af hassi í meira en fimm mínútur.

4. Takið ísskápinn og ísskápinn úr ofninum og blandar saman eða setjið ísskápinn saman við steiktu kartöflurnar. Sirva sozinho eða com ovos.

Pêssegos Com Mel De Amêndoas E Ricota

Svæði: 6

Svefntími: 0 mínútur

Hráefni:

Fjölgun

Þetta sumarhús, þú fannst það, hér fer ég

Mel, a colher de chá

Amêndoas, em fatias finas, miia xícara

Auka maísmjöl, fjórðungur laufanna

Berið fram

Pêssegos, titiados, uma xícara

Heilhveiti, bagels eða torradas

Ábendingar:

1. Blanda af amêndoa extrato, eða mel, með ricotta og amêndoas. Dreifðu skeið af þessari blöndu á jörðina og settu hana í hendurnar.

Næringarupplýsingar:Hitaeiningar 230 Prótein 9 grömm Gordura 8 grömm Kolvetni 37 grömm Trefjar 3 grömm Sykur 34 grömm

pão de abobrinha

Svæði: 6

Vinnutími: 70 mínútur

Hráefni:

Farinha de trigo brancha - 2 xícaras

Natríum bíkarbónat - 1 teskeið

Fermento em pó - 2 colheres de chá

Sal marine - 0,5 colher de chá

Canela, moída - 2 colheres de chá

Egg, stórt - 1

Bakstur aukalega - 1 stykki af brauði

Mac compote, án matreiðslu - 0,5 xícara

Abobrinha ralada - 2 xícaras

Bætt við Lakanto Monk Fruit - 0,75 xícara

Ábendingar:

1. Vökvaðu ofninn við 350 gráður á Fahrenheit og bakaðu ofnplötu í fimm mínútur með smjörpappír eða smjöri.

2. Blandið saman kartöflumúsinni, abobrinha eða baunilha extrato eða eggjablöndunni eða egginu og baunilha extrato á stórri pönnu. Í sérstakri skál skaltu blanda eftirfarandi hráefni saman svo að gerjunin eða kælimiðillinn nöldri ekki.

3. Bætið þurru blönduðu hráefnunum við botninn á blönduðu hráefnunum og blandið tveimur samskeytum varlega saman, blandið þeim varlega saman.

Raspar fyrir spjaldið til að blanda saman í massa, fjarlægið deigið af tilbúnu spjaldinu.

4. Settu bökunarformið inn í ofninn og tryggðu að það sé vel eldað. Það er tilbúið þegar hægt er að fjarlægja stiku úr glæru formi, þegar hann hefur verið settur í hann - horfðu í eina klukkustund.

5. Taktu bökunarformið úr ofninum og láttu það kólna í 2 mínútur áður en þú tekur bökunarformið úr ofninum og færðu það í hæð til að klára bakstur. Leyfið deiginu að koma alveg út áður en það er skorið.

Porções de paus de canela e maçãs

Svæði: 4

Svefntími: 35 mínútur

Hráefni:

Aveia - 1 xícara

Rautt kerti - 1 stykki af hári

Fermento em pó - 0,5 colher de chá

Natríumbíkarbónat - 0,5 litir

Bakstur aukalega - 1 stykki af brauði

Sal marine - 0,125 colher de chá

Bætið Lakanto ávöxtum við - 3 fötur af maçã sop, skrældar og skornar í teninga - 1

Jógúrt, venjuleg - 3 skeiðar af gosi

sojaolía - 1 teskeið af soja

Egg - 2

Ábendingar:

1. Vökvaðu ofninn við 350 gráður á Fahrenheit og bætið við 20 x 20 cm ferningaðri bökunarplötu með bökunarpappír.

2. Ekkert vökvaefni, bætið þremur fjórðu af innihaldsefnunum við. Gerðu blönduna einsleita og notaðu síðan spaða til að blanda afganginum saman við. Fjarlægðu tilbúna bökunarblönduna og settu hana í miðju ofnsins til að elda þar til maçã og canela stöngin eru elduð, skoðaðu í þrjár mínútur og fimm mínútur. Stöngin eru tilbúin þegar hattur eða staur er settur í og tekinn úr limpa-forminu.

3. Taktu kjötbollurnar og canela úr ofninum og fjarlægðu kældu stangirnar alveg áður en þú þreytir og fjarlægðu ísinn.

Nú er hægt að skilja þessar stangir eftir við stofuhita, sem er betra þegar á að steikja þær aðeins fyrst.

Porções de bláberjamuffins

Porções: 10

Svefntími: 22-25 mínútur

Hráefni:

2½ xícaras af amêndoa hveiti

1 skál af kókosmjölssópa

½ bolli af natríumbíkarbónati

3 skálar af canola súpu ofan á, skipt

fara upp að smakka

2 lífræn egg

¼ xicara af kókosskeljum

¼ teskeið af kókosolíu

¼ xícara de xarope de bord

1 skál af sópu með lífrænum kúlubragði

1 x karaffa af ferskum bláberjum

Ábendingar:

1. Forvökvaðu ofninn við 350 gráður F. Smyrðu 10 xícaras af stóru muffinsformi.

2. Blandið saman hveitinu, eða natríumbíkarbónati, 2 matskeiðum af canola gosi og salti á stórri pönnu.

3. Bætið eggjunum, mjólkinni, olíunni, skálinni og skálinni ofan á skálina og blandið saman við.

4. Bætið eggjablöndunni við hveitiblönduna og maukið.

5. Junte os mirtilos.

6. Raðið jafnt saman til að sameina tilbúnu muffinsformin.

7. Myldu duftið jafnt.

8. Látið standa í um það bil 22-25 mínútur eða þar til staur sem settur er í miðjuna verður glær.

Næringarupplýsingar:Hitaeiningar: 328, Gordura: 11g, Kolvetni: 29g, Trefjar: 5g, Prótein: 19g

Bláberja smoothie skammtar

Porções: 1

Svefntími: 0 mínútur

Hráefni:

1 banani, afhýddur

2 kýla af baby espinafre

1 skeið af sópa með salti og sýrðum rjóma

½ xícara af bláberjum

¼ sæktu canela chá í pó

1 colher de chá de maca en pó

½ xícara de água

½ xícara af þangi, án suðu

Ábendingar:

1. Engin vökvaefni, leðurblöku eða spínat eins og banani, bláber, amêndoa manteiga, canela, maca em pó, agua eo leite. Blandið vel saman, despeje em um líkama og sirva.

2. Divirta-se!

<u>Næringarupplýsingar:</u>Kaloríur 341, Gordura 12, Trefjar 11, Kolvetni 54, Prótein 10

Batata-doce recheada com maçã e canela

Porções: 4

Biðtími: 10 mínútur

Hráefni:

Batata doce assada - 4

Maçãs vermelhas í teningum - 3

Vatn - 0,25 xícara

Sal marinho - pitada

Rautt kerti - 1 stykki af hári

Cravo moído - 0,125 colher de chá

Gengibre, moído - 0,5 colher de chá

Nozes, picadas - 0,25 sent

Sýrður rjómi - 0,25 prósent

Ábendingar:

1. Blandið hráefninu saman við vatn, salti, grænmeti og kex í stórri steikarpönnu. Hnoðið maçãs með vel stilltum tampon og látið brenna í um 5-7 mínútur, passið síðan macias.

Nákvæmur eldunartími fyrir kryddað kjöt fer eftir því magni af kjöti sem þú þarft og því úrvali kjöts sem þú vilt nota.

2. Dómstóll sem batatas-doces assadas ao meio, ég farga hverjum helmingi í kross. Þegar sumar maçãs eru soðnar skaltu pakka batatas-doces og geyma þau með amêndoa manteiga.

Sirva ainda quente.

Tómatar mótteknir með eggjum

Porções: 2

Biðtími: 40 mínútur

Hráefni:

Tómatar, grandes, maduros - 2

Egg - 2

Parmesão ralado - 0,25 xícara

Cebola verde, fatiada - 3

Alho picado - 2 tennur

Fersk sósa - 1 colher de sopa

Sal marine - 0,5 colher de chá

Extra virgin ólífuolía - 1 colher de sopa

Preta pimenta, moída - 0,5 colher de chá

Ábendingar:

1. Hitið ofninn í 350 gráður á Fahrenheit og undirbúið bökunarrétt.

2. Í borði, skera efri hluta aftan á skottinu. Fjarlægðu fræin varlega úr ávöxtunum með skál, fargið þeim.

Það verður að vera pakkað inn í tómatávexti, að frádregnum umfram vökva og fræjum.

3. Numa assadeira, blöndur eða sal marinho, pimenta-do-reino og ferskt salsa. Eftir að hafa blandað saman skaltu dreifa helmingnum af blöndunni á hvern tómat með því að nota hníf eða skeið til að dreifa innihaldsefnunum innan á tómatinn.

4. Vökvaðu allt í ísskápnum og láttu græna laukinn standa á meðalhita þar til hann er bleytur og bragðbættur, í 4 til 5 mínútur. Eftir matreiðslu bætið við parmesan og skiptið blöndunni á milli tveggja tómata, setjið þá inn í. Nú þegar spjaldið er tómt skaltu færa félaga þína frá borðinu yfir á spjaldið. Por fim, quebre um ovo em cada mate.

5. Látið eftir smekk með tómötunum komið nógu vel í ofninn og tryggið að eggið sé vel soðið, leitið að vinningunum og fimm til þrjár mínútur. Takið úr ofninum eða tabuleiro með soðnu tómötunum með eggi og látið malla, hrærið eða með heilkorna brenndu brauði.

Porções mexidas de couve açafrão

Porções: 1

Biðtími: 10 mínútur

Hráefni:

Azeite, tveir colheres de sopa

Couve, picada, meia xícara

Couves, meia xícara

Alho picado, un colher de sopa

Pimenta preta, fjórðungur af colher de chá

Açafrao, moído, un colher de sopa

ovos, dois

Ábendingar:

1. Bata ovos e accrecente o açafrao, a pimenta-do-reino eo alho.

Taktu blönduna úr ofninum á meðalhita í fimm mínútur og fjarlægðu síðan þennan eggmassa úr ísskápnum með ílátinu. Haltu áfram að elda, alltaf að senda skilaboð, þar til eggin eru soðin. Fullkomið með brotos crus og sirva.

Næringarupplýsingar:Hitaeiningar 137 Gordura 8,4 grömm Kolvetni 7,9 grömm Trefjar 4,8

grömm af próteini 1,8 grömm af próteini 13,2 grömm

Caçarola de Queijo e Linguiça com Tasty Marinara

Svæði: 6

Biðtími: 20 mínútur

Hráefni:

½ litur af sopa de azeite

½ quilo de pylsa

2,5 aura af sjávarfangi

120 g af sneiðum parmesan

120 g af rakaðri mussarela

Ábendingar:

1. Settu eða ofn, stilltu hitastigið á 375°F og forvatnaðu.

2. Pegue uma assadeira, smurt með olíu, aukið helminginn af tungunni, þeytt og dreift vel neðst á assadeiranum.

3. Setjið tunguna ofan á með helmingi af hverjum bita af sjávarfangi, steikið og krækling og setjið restina af tungunni ofan á.

4. Bætið tungunni saman við afganginn af marinaranum, parmesan og mousse og látið standa í ofni í 20 mínútur þar til tungan er elduð og afgangurinn eldaður.

5. Þegar þessu er lokið, láttu caçarola renna alveg af, skiptu jafnt á milli sex hermetískra íláta og láttu ísinn standa í allt að 12 daga.

6. Þegar þú ert tilbúinn að koma skaltu setja réttinn í örbylgjuofninn og setja hann á sinn stað og sirva.

<u>Næringarupplýsingar:</u>Kaloríur 353, alls góðs 24,3 g, heildarkolvetni 5,5 g, prótein 28,4, sykur 5 g, natríum 902 mg

Porções de Pudim de Chia com Leite Dourado: 4

Svefntími: 0 mínútur

Hráefni:

4 kókosskeljar

3 litir af hunangi

1 colher de chá de baunilha extrato

1 skál af fersku cúrcuma

½ colher de chá de canela em pó

½ litur af chá de gums moído

¾ bolli af kókosjógúrt

½ xícara af chiafræjum

1 kassi af ferskum ávöxtum

¼ xícara de coco flocos torrado

Ábendingar:

1. Blandið saman kókosmjólk, hunangi, kókosseyði, kryddi, reyr og engifer í skál. Viðbót eða kókosjógúrt.

2. Bætið chiafræjum, pokum og kókoshnetu í blöðin.

3. Despeje a mistura de leite.

4. Látið ísinn kólna í 6 klst.

Næringarupplýsingar:Kaloríur 337 Samtals Gordura 11g Mettuð Gordura 2g Samtals Kolvetni 51g Fljótandi kolvetni 49g Prótein 10g Sýra: 29g Trefjar: 2g Natríum: 262mg Kalíum 508mg

Porções de Bolo de Cenoura: 2

Biðtími: 1 mínúta

Hráefni:

Lestu kókoshnetu eða amêndoa, uma xícara

Chia fræ, sopa colher

Canela moída, uma colher de chá

Passas, meia xícara

Rjómalöguð sósa, lítil bragð af góðgæti, tvær skeiðar af kvöldverðarsúpu við stofuhita, stór og sjaldgæf skál

Mel, tveir bollar af gosi

Baunilha, a colher de chá

Ábendingar:

1. Blandið öllum hlutunum sem eru skráðir og geymdu þá í tryggilega kæli um nóttina. Coma frio pela manhã. Ef þú velur reaquecê-lo skaltu hella í örbylgjuofninn í eina mínútu og blanda vel saman áður en þú kemur.

Næringarupplýsingar:Kaloríur 340 bætt við 32 grömm af próteini 8 grömm af 4 grömm af osti grömm af trefjum 9 grömm af kolvetnum 70 grömm

panquecas de mel

Porções: 2

Biðtími: 5 mínútur

Hráefni:

½ xicara af amêndoa hveiti

2 litir af kókosmjöli

1 skál af hreinu linhaça gosi

¼ bolli af natríumbíkarbónati

½ skeið af vættu tannholdi

½ skeið af noz-mosda moída sópa

½ skeið af canela sópa í skálinni

½ bolli af réttu magni

Salat pitada

2 litir af lífrænni sópu

¾ xícara af lífrænni eggjahvítu

½ skeið af lífrænum kúlu aukalega

Kókosolía, eftir smekk

Ábendingar:

1. Blandið saman hveiti, linha, natríumbíkarbónati, sérréttum og salti í stóra skál.

2. Að utan, bætið við eða mildað, eins skýrt og við baunilha og bata até ficar homogêneo.

3. Bætið eggjablöndunni við hveitiblönduna og maukið.

4. Smyrjið stóra eldfasta steikingarpönnu létt með olíu og vatni á miðlungs lágum hita.

5. Bætið ¼ tsk af blöndunni út í og blandið henni saman í pönnuna til að dreifa henni jafnt í pönnuna.

6. Eldið í um 3-4 mínútur.

7. Setjið varlega á hliðina og sitjið í um 1 mínútu.

8. Uppskrift með blöndunni sem eftir er.

9. Sirva com o enfeite desejado.

Næringarupplýsingar:Hitaeiningar: 291, Gordura: 8g, Kolvetni: 26g, Trefjar: 4g, Prótein: 23g

Crepes án glass Skammtar: 10

Biðtími: 30 mínútur

Hráefni:

Valkostur 1

Útbúið crepes með vöfflum án glútens og án borracha og panqueca blöndu

3 matskeiðar

1 1/2 matskeið af glútenfríu brauði

1 ílát af köldu vatni

2 egg

2 skeiðar af manteiga sopa, deretida

valkostur 2

Gerðu crepes með uppáhalds hveitiblöndunni þinni án glútens og borracha:

2 skeiðar af manteiga sopa, deretida

3 matskeiðar

1 ílát af köldu vatni

2 litir af kældu vatnssúpu

2 egg

1 1/2 matskeið af glútenfríu hveiti

1/2 bolli gerjuð ger og bætið við sykri eða blöndu af natríumbíkarbónati og vínsteinsrjóma

1/2 litur af auka brauðrasp

Ábendingar:

1. Blandið öllu crepe hráefninu saman á stórri pönnu og hrærið þar til gulræturnar leysast upp. Látið blönduna malla við stofuhita í um það bil 15 mínútur. Eftir 15 mínútur farðu þykkari.

2. Vökvaðu ísskápinn vel, bætið olíu í spreyið og hellið litlu magni af massa í ísskápinn með skeið af gosi eða 1/4

Copo medidor þegar þú rúllar spjaldinu til hliðar.

3. Eldið þennan litla crepe massa í 1, 2 eða 3 mínútur, brjótið síðan crepeið saman og eldið í allt að eina mínútu.

Næringarupplýsingar:Kaloríur 100 Kolvetni: 14 g Gordura: 4 g Prótein: 3 g

Arroz de cenoura com ovo mexido

Svæði: 3

Biðtími: 3 klst

Hráefni:

Fyrir sætt Tamari soja

3 skeiðar af tamari sópa (samlaus)

1 skál af vatnsgosi

2-3 matskeiðar af eplasósu

Fyrir kryddaðar blöndur

3 tennur eftir

1 lítil chalota (fatiada)

2 litlir ormar keyptir

Hreint tannhold

Til að stöðva kvöldsólina:

2 litir af sopa de gergelim olíu

5 egg

4 stórir kvöldverðir

8 onças de salsicha (frango eða hvaða tegund sem er - glútenlaust og súrsað).

1 colher de sopa de másja de soja

1 Xícara de broto de feijão

1/2 tsk spergilkál í teningum

Salt og pipar eftir smekk

Til að krulla:

Coentro

mjög sterkur asískur

sesamfræ

Ábendingar:

1. Til að gera:

2. Á borði, heitu eða sætu, bætið við vatni og tamari við háan hita.

3. Takið hitann af eftir mikinn hita og þar til blandan er alveg uppleyst.

4. Settu það í sérstakan kassa.

5. Til að fá kvöldið frí:

6. Em uma tigela, blöndur eða gengibre, eða alho, a cebola og a pimenta vermelha.

7. Til að hita upp kertið, tjáðu kertin til að anda frá sér.

8. Þeytið flauturnar á spíralinn í matvinnsluvél.

9. Pique the brócolis em pedaços 10. Viðbót við linguiça, a cenoura, the brócolis eo broto de feijão à tigela de cebola, gengibre, alho eo pimenta.

11. Bætið blöndu af kryddu ðu grænmeti og miklu af tamari við hæga eldunarborðið.

12. Settu hitann á háan hita í 3 klst eða lágan hita í 6 klst.

13. Setjið tvö egg á pönnu eða steikarpönnu.

14. Arrume o roz de noura e coloque os egg mexidos portop.

15. Skreyttu með gergelim fræjum, fullt af asískum pimenti og svo framvegis.

Næringarupplýsingar: Kaloríur 230 mg Gordura Samtals: 13,7 g Kolvetni: 15,9 g Prótein: 12,2 g Sýra: 8 g Trefjar 4,4 g Natríum: 1060 mg Kólesteról: 239 mg.

Batata doce no café da manhã

Svæði: 6

Svefntími: 15 mínútur

Hráefni:

2 sætar batatar, skornar í teninga

2 litir af sopa de azeite

1 skál af paprikusúpu

1 colher de chá de seca

Samhæfður pipar nauðsynlegur

Ábendingar:

1. Pré-queça fritadeira a 400 graus F.

2. Blandið öllu hráefninu saman í einni skál.

3. Flyttu yfir á fritadeira þína.

4. Eldið í 15 mínútur, látið fara á 5 mínútna fresti.

Eggamuffins með fetaosti og quinoa Porções: 12

Biðtími: 30 mínútur

Hráefni:

ovos, oito

Picados tomates, a xícara

Sal, fjórðungur af colher de chá

Feta, a xícara

Kínóa, soðið grænmeti

Azeite, tveir colheres de chá

Orégano, fersk steik, uma colher

Pretas picadas, fjórðungur stykki

Picada cebola, fjórðungur úr carra

Spinafre baby, picado, tvær xícaras

Ábendingar:

1. Vatn eða ofn við 350. Smyrjið muffinsform með tveimur tugum smákökum með olíu. Refodu the espinafre, eða orgelið, sem azeitonas, a cebola og tómatana í fimm mínútur án azeite í meðalhita. Bata os ovos. Bætið við blöndu af belgjurtum ásamt eggjum með chilli og salti. Blandið blöndunni í muffinsform. Cozinhe trinta minutis. Það verður ferskt í ísnum í tvo daga. Til að koma skaltu bara bleyta pappírshandklæðið og liggja í bleyti í örbylgjuofni í þrjár sekúndur.

Næringarupplýsingar:Hitaeiningar 113 kolvetni 5 grömm af próteini 6 grömm af mat 7

gramas de açúcar 1 grama

Saltar ricotta skálar: 1 skammtur

Svefntími: 15 mínútur

Hráefni:

Vatn - 0,5 xícara, maís 2 colheres de sopa

Fínt saxaður cebola - 0,25 prósent

Pipar í teningum - 0,25 prósent

Lífrænt hveiti - 0,5 kíló

Fermento em pó - 0,25 colher de chá

Sal marine - 0,25 colher de chá

Alho em pó - 0,25 colher de chá

Hraðir af rauðum pimenta - 0,125 colher de chá

Preta pimenta, moída - 0,125 colher de chá

Ábendingar:

1. Vökvaðu 25 cm steikarpönnu við miðlungshita á meðan þú undirbýr vínbrauðsblönduna.

2. Blandið hveiti í skál saman við gerið og kryddjurtirnar. Þegar það hefur verið blandað saman skaltu slá vatninu út í og þeyta kröftuglega í þrjár til þrjár sekúndur, til að búa til nóg af maísklumpum í massa ricotta kornsins og draga úr því og mynda kekki.

Settu inn cebola picada og pimenta.

3. Svo lengi sem ísskápurinn er heitur, taktu alla lotuna út aftur til að búa til stóra pönnu. Færðu spjaldið í hringlaga hreyfingum til að dreifa massanum jafnt um botn spjaldsins og fjarlægðu það án þess að blandast saman.

4. Taktu 5 til 7 mínútur til að stóra ricotta skálin sé stíf og auðvelt að snúa henni án þess að sýkjast. Botninn verður að vera lokaður. Snúið ricotta skálinni varlega með stórum og notalegum spaða á hina hliðina í allt að fimm mínútur.

5. Fjarlægðu ljósið úr ísskápnum með grão-de-bico boltanum saltaðan og slepptu boltanum yfir grasflöt, horfðu inn eða klipptu á rodelas. Sirva með skólann sinn af mörgum söltum og mörgum.

Cúrcuma con leite: 2 skammtar

Biðtími: 5 mínútur

Hráefni:

1 1/2 kókosskeljar, ógufusoðnar

1 1/2 ferskt lauf af maís, ógufu

¼ fjarlægðu eitthvað af tannholdinu þínu

1 ½ matskeið af krydduðu brauðraspi

1 skál af kókosolíu

¼ sæktu canela chá í pó

Ábendingar:

1. Settu kókoshnetuna og þurrkuðu laufin á spjaldið og fjarlægðu meðalhitann, aukið tyggjóið eða olíuna eða safann og canela. Blandið saman og eldið í 5 mínútur, skiptið þeim í bita og njótið.

2. Divirta-se!

Næringarupplýsingar:Kaloríur 171, Gordura 3, Trefjar 4, Kolvetni 6, Prótein 7

Grænn Shakshuka: 4 skammtar

Svefntími: 25 mínútur

Hráefni:

2 litir af extra virgin azeite sópa

1 cebola, picada

2 litlar tennur, beittar

1 jalapeño, fræ og súrum gúrkum

1 pund af spínati (þeytt ef það er frosið)

1 colher de chá de minhos secos

¾ litur af chá de center

Sal e pimenta-do-reino moída a hour

2 litir af harissa sopa

½ teskeið af heitum belgjurtum

8 stór egg

Fersk súrsuð sósa, ef þarf til að bera fram Fersk saxuð sósa, ef þarf til að bera fram Pimentahópa, ef þarf til að bera fram

Ábendingar:

1. Forvatnið eða ofninn í 350°F.

2. Vökvaðu heimilistækið í stórum ísskáp sem hægt er að setja í ofninn við meðalhita. Bæta við cebola og refogue í 4-5 mínútur. Bætið restinni af jalapenóinu út í og látið malla í 1 mínútu.

3. Bætið spínatinu og hráefnunum saman við þar til þau eru alveg frosin ef þau eru fersk, 4 til 5 mínútur eða 1 til 2 mínútur ef þau eru afþídd úr frosnu þar til þau kólna alveg.

4. Temperas með cominhos, pimenta, coentros, sal og harissa. Cozinhe í um það bil 1 mínútu, reyktu síðan.

5. Hellið blöndunni í skál matvinnsluvélar eða vökvavél og blandið þykkt saman. Bætið við eða hitið og bata até til að gera blönduna slétta og þykka.

6. Hreinsið pönnuna og rykið með eldunarúða sem festist ekki við. Fjarlægðu spínatblönduna af borðinu og gerðu nokkrar hringlaga með stráhníf.

7. Athugaðu eggin í túpunum okkar, varlega. Færið bökunarplötuna yfir í ofninn og setjið hana á í 20 til 25 mínútur þar til klárarnir eru orðnir alveg harðnir, en gimsteinarnir sem eftir eru titruðu aðeins.

8. Stráið af sósu, kryddi og pimenta ofan á eða shakshuka eftir smekk. Sirva strax.

Næringarupplýsingar:251 hitaeiningar 17g af mat 10g af kolvetnum 17g af próteini 3g af sykri

Kínóa próteinduft:

Porções 12

Svefntími: 1 klukkustund og 45 mínútur

Hráefni:

Lífrænt hveiti - 1 x Cara

Torrón quinoa hveiti - 1 xícara

Kartöflufecula - 1 xicara

Sorghum hveiti - 1 xícara

Xanthan gum - 2 colheres de chá

Sal marinho - 1 colher de chá

Vatn, morna - 1,5 xícaras

Þurr gerjun - 1,5 colher de chá

Pasta de tâmaras - 2 sópa litir

Papoula fræ - 1 litur af sópa

Girassol fræ - 1 litur af sópa

Pepitas - 2 colheres de sopa

Abacate olía - 3 litir af sópa

Ovos, stofuhiti - 3

Ábendingar:

1. Útbúið brauð fyrir fimm stöng, kýldu það með þykknum pappír og smyrðu það létt.

2. Blandið slökktu vatni, tâmaras-mauki saman í skál og gerið þar til innihaldið er alveg uppleyst. Látið þessa blöndu af brauðmylsnu malla í fimm til tvær mínútur, þar til gerjunin hefur soðið og soðið - það verður að gera í rólegu umhverfi.

3. Í þessu tilviki, í stærri eldfastri pönnu, helst deigi, blanda af hveiti eða sterkju, með xantangúmmíi og eða sjávarsalti sem á að blanda í. Blandið síðan abacatolíunni og eggjunum saman í lítilli skál. Deixe-os de lado eins mikið og þú vonar að gerjunin ljúki blómgun.

4. Til að tryggja að gerjunin dafni er hveitiblöndunni hellt út í við vægan hita og gerjunarblöndunni bætt út í. Taktu deigið með brauðfestingunni til að blanda vökvanum og hveiti saman í nokkur augnablik áður en þú bætir við egg- og olíublöndunni. Haltu áfram að blanda þessari blöndu og blandaðu í tvær mínútur til að mynda samheldna blöndu

massa bola. Bætið við magnfræjum og látið sjóða í um það bil eina mínútu á meðalhraða. Hafðu í huga að deigið verður rakara og minna teygjanlegt en ef deigið er búið til með hefðbundnu hveiti, þá inniheldur það ekki glúten.

5. Taktu massan af kínóapróteini út í tilbúinni sósu, settu í plastfilmu eða á hreinan, rakan klút og láttu vaxa á heitum og þurrum stað í um fjörutíu mínútur.

Enquanto isso, vatn eða ofn við 375 gráður á Fahrenheit.

6. Setjið sætabrauðsdeigið í miðjan ofninn og tryggið að það sé vel eldað og gullið. Þegar þú snertir quinoa próteinið ætti það að hljóma dauft. Taktu kínóa próteinkúluna úr ofninum og fjarlægðu hana í fimm mínútur áður en kínóa próteinkúlan er tekin úr forminu og færðu hana yfir til að klára steikingu. Látið kínóabrauðið þorna alveg áður en það er skorið.

Muffins de Cenoura og Gengibre

Svæði: 12

Svefntími: 20-22 mínútur

Hráefni:

2 xícaras af nýsoðnu hveiti

½ tsk órakað kókos

1 skál af natríumbíkarbónati

½ litur af pimenta frá Jamaíka

½ litur af chá de gums moído

Virkilega góður réttur

fara upp að smakka

3 lífræn egg

½ xícara af lífrænu

½ teskeið af kókosolíu

1 kassi af kvöldverði, descadas og raladas

2 litir af ferskum sopa de gengibre, tæmd og rakaður ¾ xícara de passas, liggja í bleyti í vatni í 15 mínútur og tæmd<u>Ábendingar:</u>

1. Forvatnaðu ofninn við 350 gráður F. Smyrðu 12 xícaras af stóru muffinsformi.

2. Blandið saman hveiti, kókosbaunum eða natríumbíkarbónati, skapi og salti í stóra eða nægilega pönnu.

3. Að utan bætið við eggjunum, bætið olíunni út í og blandið þeim saman við.

4. Bætið eggjablöndunni við hveitiblönduna og maukið.

5. Junte a cenoura, eða gengibre e as passas.

6. Blandið jafnt í tilbúin muffinsform.

7. Látið standa í um það bil 20-22 mínútur eða þar til staur er settur í miðjuna og er glær.

<u>Næringarupplýsingar:</u>Hitaeiningar: 352, Gordura: 13g, Kolvetni: 33g, Trefjar: 9g, Prótein: 15g

Mingau de mel quente: 4 porções

Hráefni:

¼ c. mel

½ c. haglél

3 c. heitt vatn

¾ c. trigo bulgur

Ábendingar:

1. Setjið bulgur á disk. Bætið við heitt vatn og blandið til að blanda saman.

2. Levers a panela o fogo alto e deixe ferver. Svo lengi sem þú ert að brenna skaltu minnka hitann niður á gólfið, tampaðu og sitja í 10 mínútur, hrærið öðru hvoru.

3. Fjarlægðu gufu, blöndur eða hunang og berið fram strax.

Næringarupplýsingar:Hitaeiningar: 172, Gordura: 1 g, Kolvetni: 40 g, Prótein: 4 g, Sýrur: 5 g, Natríum: 20 mg

Afgangur af kaffisalati:

4 porções

Svefntími: 0 mínútur

Hráefni:

27 matskeiðar af grænu salati blandað með 1 1/2 tsk af bláberjum

15 tímar af sængurfatnaði, eldamennsku, niðurpakkningu og skera í teninga

¼ xícara de azeite

2 litir af sópa með maçã vinaigrette

1 colher de chá de açafrão em pó

1 skál af sítrónusafa

1 tönn af alho, klemmd

1 nýrakaður colher de chá de gingibre

Preta pimento baka

Ábendingar:

1. Numa saladeira, blöndur með couve og þurrum ávöxtum með beterraba og bláberjum. Í sérstakri skál, blandar eða azeite með vinaigrette, açafrão, lime safa, alho, gengibre og skál af king pimenta, bata vel og despeje yfir salatið, blöndur og sirva.

2. Divirta-se!

Næringarupplýsingar:Kaloríur 188, Gordura 4, Trefjar 6, Kolvetni 14, Prótein 7

Quick quinoa með reyr og chiafræjum:

2 porções

Biðtími: 3 mínútur

Hráefni:

2 xícaras de quinoa, pre-cozida

1 x Cara de Leite de Caju

½ colher de chá de canela em pó

1 x karaffa af ferskum bláberjum

¼ xícara de nozes torradas

2 litir af chá de mel cru

1 litur af chia fræsópu

Ábendingar:

1. Bætið kínóa og rifnum osti á borð á meðalhita. Blöndur af canela, trönuberjum og nozes. Cozinhe hægt í þrjár mínútur.

2. Fjarlægðu þokuplötuna. Innlima eða blanda saman. Skreytið með chiafræjum áður en það er borið fram.

Næringarupplýsingar:Kaloríur 887 Gordura: 29,5 g Prótein: 44 Natríum: 85 mg Heildarkolvetni: 129,3 g Fæðutrefjar: 18,5 g

Sætar kartöfluvöfflur

Porções: 2

Svefntími: 15 mínútur

Hráefni:

Sætar sætar kartöflur - 3 xícaras

Kókosmjöl - 2 litir af sópa

Araruta - 1 litur

Egg - 2

sojaolía - 1 teskeið af soja

Canela moída - 0,5 colher de chá

Noz-moscada, moída - 0,25 colher de chá

Sal marine - 0,25 colher de chá

Pasta de tâmaras - 1 sópa litur

Ábendingar:

1. Áður en vöfflurnar eru blandaðar skaltu láta vöfflujárnið kólna.

2. Blandið saman eggjum, sojaolíu og tâmaras mauki í skál. Bætið restinni af hráefnunum saman við og blandið saman þannig að allt hráefnið dreifist jafnt.

3. Smyrjið vatnskennda vöffluformið og bætið aðeins við massann.

Lokaðu járninu og taktu vöfflurnar þar til þær eldast, horfðu í sex til sjö mínútur. Þegar það er tilbúið skaltu fjarlægja oblátið með skeið og henda til seinni hluta massans á sama hátt.

4. Njóttu sætu kartöfluvöfflnanna með uppáhalds álegginu þínu, eins og jógúrt og ferskum ávöxtum, ávaxtakompott eða Xarope Lakanto Monk Maple með bragði.

Omelete de cogumelos, quinoa espargos

Svæði: 3

Biðtími: 30 mínútur

Hráefni:

2 litir af sopa de azeite

1 x Cara de cogumelos fatiados

1 stykki af aspas, skorið í 1 stöng

½ xicara af söxuðum tómötum

6 stór criados egg í hverri máltíð

2 stórar eggjaklarar í hverri máltíð

¼ xícara de leite grænmeti

1 x quinoa krukka, pakkað inn í pakka, 3 matskeiðar af súrsuðu sópa

1 litur af sópa af heitri sósu, skreytið

Salt og pipar eftir smekk

Ábendingar:

1. Forvatn eða ofn við 3500F.

2. Í kæli, vatn eða hita við meðalhita.

3. Junte os cogumelos e os aspargos.

4. Tempera með salti og pimenta eftir smekk. Geymið í kæli í 7 mínútur eða þar til kexið og stráin eru gullin.

5. Bætið gestum við og eldið í meira en 3 mínútur. Pôr de lado.

6. Um leið og það er tilbúið, þeytið eggin, þar sem þau hreinsa þau í skál.

Pôr de lado.

7. Setjið kínóaið í skál og skreytið með blöndu af belgjurtum. Despeje blöndu af eggjum.

8. Farið úr ofninum og eldið í 20 mínútur eða þar til eggin eru orðin stíf.

<u>Næringarupplýsingar:</u>Kaloríur 450 Samtals Gordura 37 g Mettuð Gordura 5 g Samtals Kolvetni 17 g Fljótandi kolvetni 14 g Prótein 12 g Sýra: 2 g Trefjar: 3 g Natríum: 60 mg Kalíum 349 mg

Egg Rancheros: 3 porções

Biðtími: 20 mínútur

Hráefni:

Egg - 6

Mildar, litlar kökur - 6

Feijão Refogado - 1,5 xícaras

Græn paprika í teningum, sneið - 4 onças

Kryddaðir tómatar - 14,5 oz

Abacate fatiado - 1

Alho picado - 2 tennur

Picado miðstöð - 0,5 xícara

Cebola í teningum - 0,5

Sal marine - 0,5 colher de chá

Byrjun, moído - 0,5 colher de chá

Extra virgin ólífuolía - 1 colher de chá

Preta pimenta, moída - 0,25 colher de chá

Ábendingar:

1. Á spjaldið, bætið grænu paprikunni við, saltið sjávargrænuna, bætið ferskri papriku í fimm mínútur.

2. Á meðan þetta er raunin, kældu eldavélina og/eða eldavélina í stórum ísskáp, aukið eða jafnvel á síðustu mínútu eldunar, reyndu í fimm mínútur alls.

3. Steikið eggin í samræmi við matreiðsluval þitt; vökvaðu feijões fritos og vökvaðu tortillurnar.

4. Til að bera fram skaltu setja steikta brauðið, tómatana, cebolas og eggin í tortillurnar. Cubra com o abacate eo coentro e saboreie ferskt og quente. Þú getur bætt við smá sósu eins og rjóma eða rjóma ef vill.

Omelete de cogumelos og espinafres

Porções: 2

Svefntími: 15 mínútur

Hráefni:

Azeite, sopa colher + sopa colher

Spínat, ferskt, brýnt, hnífur og hálf skál, skorið í teninga

ovos, três

Það feta, einn onça

Cogumelos, botões, cinco fatias

Rauður cebola í teningum, fjórðungur af stykki

Ábendingar:

1. Kælið cogumelos, cebola og espinafres í 3 mínútur enn og aftur með sykrinum og geymið. Þeytið eggin og cozinhe-os í aðra skál af sopa de azeite í þrjár til fjórar mínútur þar til brúnirnar byrja að brúnast. Duftið allt hitt hráefnið fyrir ofan eggjakökuna og gerið hinn helminginn fyrir ofan hráefnið í kæli. Cozinhe í eina mínútu á hvorri hlið.

Næringarupplýsingar:Kaloríur 337 Gordura 25 grömm af próteini 22 grömm af kolvetni 5,4 grömm af mat 1,3 grömm af trefjum 1 grömm

Vöfflur de Banana og Abóbora

Svæði: 4

Biðtími: 5 mínútur

Hráefni:

½ xicara af amêndoa hveiti

½ xicara af kókosmjöli

1 skál af natríumbíkarbónati

1 colher og helmingur hundsins í skálinni

¾ litur af chá de gums moído

½ bolli af réttu magni

½ colher de noz-moscada moída

fara upp að smakka

2 litir af sopa de azeite

5 stór lífræn egg

¾ xícara af þangi

½ xícara de puree de abóbora

2 meðalstórir bananar skrældir og skornir í sneiðar

Ábendingar:

1. Forvatns- eða vöfflujárn og fitu.

2. Blandið hveiti, natríumbíkarbónati og temprunum saman í stóra eða nægilega pönnu.

3. Enginn vökvabúnaður, bætið við sömu hráefnunum og blandið þeim saman.

4. Bætið við blönduna af hveiti og bata até

5. Ekkert forvökvað vöfflujárn, bætið eins miklu út úr blöndunni og þarf.

6. Eldið í um 4-5 mínútur.

7. Endurtaktu með því að nota afganginn af blöndunni.

<u>Næringarupplýsingar:</u>Hitaeiningar: 357,2, Gordura: 28,5 g, Kolvetni: 19,7 g, Trefjar: 4 g, Prótein: 14 g

Egg eftir með lík Porções: 2

Biðtími: 10 mínútur

Hráefni:

4 egg

2 litir af sopa de coco

Ferskur cebolinha, picada

4 stykki af villt bragðbættum reyktum laxi Salt eftir smekk

Ábendingar:

1. Em uma tigela, bata ovo, o leite de coco ea cebolinha.

2. Smyrjið ísskápinn með olíu og vatni á miðlungs lágum hita.

3. Fjarlægðu eggjablönduna og blandaðu eggjunum eins mikið og hægt er.

4. Þegar eggin verða harðnandi skaltu bæta við rakalausu salti og elda í meira en 2 mínútur.

Næringarupplýsingar:Kaloríur 349 Samtals Gordura 23 g Mettuð Gordura 4 g Samtals Kolvetni 3 g Fljótandi kolvetni 1 g Prótein 29 g Sýra: 2 g Trefjar: 2 g Natríum: 466 mg Kalíum 536 mg

Rjómalöguð parmesan hrísgrjón með cogumelos og couve-flor

Porções: 2

Sýningartími: 18 mínútur

Hráefni:

1 gömul tönn, slitin, slitin

½ xícara de creme

½ xícara de couve-flor, ristuð

½ xícara de cogumelos, fatiados

Kókosolía, til steikingar

Parmesão, rakaður, til að skreyta

Ábendingar:

1. Setjið spjaldið, hækkið meðalháan hita, aukið kókosolíuna og þegar þú fjarlægir hana skaltu auka magnið og bæta við kókosolíu í 4

mínútur eða borðaði refresh.

2. Bætið því næst blóma- og rjómakreminu á spjaldið, blandið vel saman og rjóma í 12 mínútur.

3. Transfira eða risoto para um grasflöt, decore como quellejo e sirva.

Næringarupplýsingar:Kaloríur 179, Gordura samtals 17,8 g, samtals kolvetni 4,4 g, prótein 2,8 g, sýra 2,1 g, natríum 61 mg

Rancho de Brócolis Assado með Cheddar

Porções: 2

Biðtími: 30 mínútur

Hráefni:

1 ½ xicara af brokkolíblómum

Salt og pipar kryddað öðru hvoru 1/8 tsk af kryddi

1/8 teskeið af þungu Chantilly kremi

¼ tommur af rakaðri cheddar

1 colher de sopa de azeite

Ábendingar:

1. Settu eða ofn, stilltu hitastigið á 375°F og forvatnaðu.

2. Eins mikið og þetta, eftir miðlungs magn, bætið blómunum saman við næstu hráefni og blöndur.

3. Bætið við skeið, smurðri með olíu, skeið af tilbúinni blöndunni og látið standa í ofninum í 30 mínútur þar til hún er gullin.

4. Þegar þessu er lokið skaltu láta caçarola kólna í 5 mínútur og halda áfram.

Næringarupplýsingar:Kaloríur 111, Gordura samtals 7,7 g, samtals kolvetni 5,7 g, prótein 5,8 g, sýra 1,6 g, natríum 198 mg

Ofurprótein Mingau

Porções: 2

Sýningartími: 8 mínútur

Hráefni:

¼ tsk af brúðkaups- eða pekanhnetum, gróft saxaðar ¼ tsk af brennandi kókoshnetu, ógufu

2 litir af sópa af canamo fræjum

2 matskeiðar af heilum chia fræjum

¾ xícara af þangi, án suðu

¼ xicara af kókosskeljum

¼ x cara de manteiga amendoa, torrada

½ colher de chá de açafrao, moído

1 bolli af extra virgin kókosolíu eða MCT olíu

2 skeiðar af erythritol gosi eða 5-10 dropar af fljótandi tei (valfrjálst) skál af ferskum pipar

½ skál af canela chá eða ½ skál af baunilha em pó

Ábendingar:

1. Setjið brúðkaupin, kókoshnetuþráðinn og reyrfræin í stóra plötu. Blandið saman í 2 mínútur eða reykið að minnsta kosti. Bættu við nokkrum algum aftur til að forðast það. Flyttu blönduna yfir í skál. Pôr de lado.

2. Blandið kókosolíu saman í lítilli skál og hrærið við meðalhita. Blandað vatn.

3. Leyfðu mér að slökkva, en án ferver, desligue eða hita. Bætið öllu öðru hráefni við. Blanda bem até derreter alveg. Geymið í 10 mínútur.

4. Sameina metade úr assada com eða mingau blöndu. Safnaðu eða mingau í tveimur hlutum. Bindið hvert duft saman við helminginn sem eftir er af torradablöndunni og bætið því síðan við. Sirva eða mingau strax.

<u>Næringarupplýsingar:</u>Kaloríur 572 Gordura: 19 g Prótein: 28,6 g Natríum: 87 mg Heildarkolvetni: 81,5 g Fæðutrefjar: 10 g

Aveia com manga og coco

Porções: 1

Hráefni:

½ c. Leite de coco

sal Kosher

1 c. Ég var með gamla tísku

1/3 c. ferskt manga picada

2 litir. Kókosflögur án eldunar

Ábendingar:

1. Snúðu leteinu til að kveikja á miðlungs spjaldi við háan hita. Blöndur með aveia og eða sal og abaixe eða fogo. Refogue fyrir leit að 5

mínútur, þar til þú færð rjómakennt og magurt bragð.

2. Á þessum tímapunkti ristaðu kókosflögurnar í um 2-3 mínútur þar til þær eru soðnar í litlum ísskáp og þurrkaðar við vægan hita.

3. Þegar það er tilbúið skaltu blanda hveitinu saman við manga og kókos, sirva og prófa.

Næringarupplýsingar:Hitaeiningar: 428, Gordura: 18 g, Kolvetni: 60 g, Prótein: 10 g, Sýrur: 26 g, Natríum: 122 mg.

Porções de omelete de cogumelos y spinafres

Svæði: 4

Biðtími: 30 mínútur

Hráefni:

6 egg

60ml af Leite

3 skeiðar af gosi (45 ml) af rjóma

2 xícaras (500 ml) af baby espinafre

Salt og piment

1 x karaffa af rakaðri cheddar

1 cebola, em fatias finas

120 g af fitukexum

Ábendingar:

1. Forvökvaðu ofninn við 350°F (180°C), með ofninn í miðstöðu. Smyrjið 20 cm ferkantað kökuform. Pôr de lado.

2. Blandið eggjum og eggjum saman á stórri pönnu með batedor. Blöndur eða quellejo. Temperas með pimenta og salti. Coloque a tigela de lado.

3. Kælið skálina í kæli og setjið síðan hráefnin á meðalhita í stóra steikarpönnu. Temperas með pimenta og salti. Setjið espinafre og cozinhe í um það bil 1 mínútu, blandið alltaf saman.

4. Bætið eggjablöndunni út í eggjablönduna. Farðu á eftirlaun og skildu eftir líkamsárás. Látið eggjakökuna standa í um 25 mínútur eða þar til hún er orðin örlítið þreytt. Eldið eggjakökuna í fjórum ferningum og setjið grasflötina til hliðar til að bera fram með spaða. Settu þær á grasflöt og voilà, þær eru tilbúnar til að bera fram jafn margar eða jafn margar franskar.

Næringarupplýsingar: Kaloríur 123 Kolvetni: 4g Gordura: 5g Prótein: 15g

Maçãs con canela cozidas engin gufa

Svæði: 6

Biðtími: 4 klst

Hráefni:

8 sneiðar (descadas, sem dýrar)

2 skálar af sítrónusafa

2 skálar af canela chá

½ colher de chá de noz-moscada

¼ teskeið af kókos

Ábendingar:

1. Settu alla hluti á hæga eldunarborðið.

2. Stillið hitann rólega í 3-4 klst.

3. Gakktu úr skugga um að maçãs séu macias. Berið fram.

Næringarupplýsingar:Kaloríur 136 Gordura Samtals: 0 g Kolvetni: 36 g
Prótein: 1 g Sykur: 26 g Trefjar 5 g Natríum: 6 mg Kólesteról: 0 mg

heilhveitibrauð

Svæði: 8

Svefntími: 35 mínútur

Hráefni:

Farinha de Milho Amarela Integral - 1 xcara

Farinha de trigo brancha -1 xícara

Egg - 1

Pasta de tâmaras - 2 sópa litir

Extra virgin ólífuolía - 0,33 xícara

Sal marinho - 1 colher de chá

Fermento em pó - 1 colher de sopa

Natríumbíkarbónat - 0,5 litir

Leite de Amêndoa - 1 xícara

Ábendingar:

1. Vökvaðu ofninn í 400 gráður á Fahrenheit og útbúið 20 cm hringlaga bökunarplötu eða djúpt járn bökunarpönnu. Smyrjið ríkulega með assadeira.

2. Blandaðu heilkornamjölinu, sjávarsalti og gerjunarefnum í blandara, blöndu eða blöndu.

3. Blandið því sem eftir er af hráefninu vandlega saman í sérstakri skál. Bætið við hveitiblönduna og passið að blandan tveimur sé vel blandað saman.

4. Takið deigið úr tilbúnu deiginu og takið það út úr ofninum þar til það brúnast og látið bráðna alveg í miðjunni, um 25 mínútur. Takið brauðmylsnuna úr ofninum og látið þorna í fimm mínútur áður en það er skorið.

Omelette de tomate

Porções: 1

Sýningartími: 8 mínútur

Hráefni:

ovos, dois

Manjericão, ferskur, 1/2 xícara

Tomate cereja, meia xícara

Pimenta preta, uma colher de chá

Þessi, hvaða tegund sem er, fjórðungur bíll, rakaður

Sal, meia colher de chá

Azeite, tveir colheres de sopa

Ábendingar:

1. Dæmdu tómatana í fjórðunga. Steikið það í þrjár mínútur. Pantaðu fyrir vini þína. Saltaðu og pimentaðu eggin í lítilli og velbökuðri tígu. Setjið blöndu af þeyttum eggjum á pönnuna og notið spaða til að vinna kantana varlega undir eggjakökuna og leyfið eggjunum að steikjast í þrjár mínútur. Þegar þriðja miðja eggjablöndunnar er fljótandi, bætið við eða borðið, hinar eru

tilbúnar. Dobre mais da metade da omelete sobre a outra metade. Cozinhe mais dois minutis e sirva.

Næringarupplýsingar:Kaloríur 342 kolvetni 8 grömm af próteini 20 grömm af graskál 25,3 grömm

Hafið það með mascavo og canela

Svæði: 4

Hráefni:

½ colher de chá. canela em po

1 1/2 colher de chá. Hreint baunilha extrato

¼ c. skola hreint

2 c. Leite með litla kenningu um ánægju

1 1/3 c. Ég hafði það hratt

Ábendingar:

1. Settu rafhlöðuna á miðlungs spjaldið og lyftistöng til að brenna við meðalháan hita.

2. Svo lengi sem þú ert ákafur skaltu minnka hitann í miðlungs. Bætið heslihnetunni út í, eða bætið við mascavo og canela og cozinhe, hrærið, í 2 til 3 mínútur.

3. Vinsamlegast strax, polvilhando com cornela, se desejar.

Næringarupplýsingar:Hitaeiningar: 208, Gordura: 3 g, Kolvetni: 38 g, Prótein: 8 g, Sýrur: 15 g, Natríum: 105 mg

Mingau com peras assadas

Porções: 2

Biðtími: 30 mínútur

Hráefni:

¼ colher de chá de sal

2 brúðkaup colheres picadas

1 hrein brún xarope chá colher

1 bolli af 0% grískri jógúrt, til að bera fram

perur

Mingau

½ xícara af hráum amaranth

1/2 xicara af vatni

1 x Cara de Leite 2%

1 skeið af hlynsírópi

1 stór pera

1/2 skeið af canela chá í pó

1/4 skera af sumum af vættu tannholdinu

1/8 sneið af nýja mozzarellanum

1/8 tommur af réttu magni

Noz-pecã/pêra kápa

Ábendingar:

1. Forvatn eða ofn við 400°C.

2. Escorra eða amaranth og enxágue. Blöndur með vatni, sítrónusafa og salti, lyftistöng eða amaranth til að ferver og deixe ferver.

Settu í teninga og kældu í 25 mínútur þar til amaranthið er rotið, en smá vökvi verður eftir. Fjarlægðu hitann og þurrkaðu eða þykknaðu amaranth í meira en 5 til 10 mínútur. Ef þú vilt skaltu setja smá maís á til að mýkja áferðina.

3. Blandið hnetunum saman við 1 skeið af súpu af brúninni.

Látið standa í 10 til 15 mínútur þar til brúðkaupið er ristað og borðföttin eru þurr. Þegar því er lokið geturðu komið aftur tiltölulega ilmandi á kvöldin. Þegar þau eru kæld eru þau stökk í brúðkaupum.

4. Skerið perurnar í teningana ásamt hnífunum og blöndunum með 1 colher de chá de xarope de espaciarias sem eftir er. Setjið í 15 mínútur á borði, þar til perurnar eru macias.

5. Ekki hafa áhyggjur, bætið við 3/4 af hráefnunum. Skiptið jógúrtinu á milli tveggja hluta og bætið mingauinu út í, ásamt borðuðu brúðkaupunum og baunum sem eftir eru.

Næringarupplýsingar:Kaloríur 55 Kolvetni: 11 g Gordura: 2 g Prótein: 0 g

Crepes með sætum rjóma

Porções: 2

Biðtími: 10 mínútur

Hráefni:

2 lífræn egg

1 colher de chá de estévia

fara upp að smakka

2 litir af kókosolíusopi, skrældar, skiptar

2 litir af kókosmjöli

½ xícara de creme

Ábendingar:

1. Setjið eggin í skál, bætið 1 matskeið af kókosolíusópu, stevíu og salti út í og blandið vel saman með þeytara.

2. Blandið kókosmjölinu hægt út í og blandið síðan kókosrjómanum saman við þar til það hefur blandast saman.

3. Bætið við ísskáp, takið miðlungshita, smyrjið með olíu og fjarlægið helminginn af blöndunni þegar hann er heitur og bætið við 2 áleggi mínútur frá hvorri hlið þar til crepe er eldað.

4. Færið kreppuna yfir á grasflötina og bætið kreppunni í sama form með því að nota afganginn og fylgdu því eftir.

5. Til að undirbúa endurmótun skaltu pakka hverri crepe de creme inn í pappírshandklæði, setja í plastpoka, pakka inn í poka og geyma í frysti í þrjá daga.

6. Þegar það er tilbúið til að borða, kælið crepes í 2 mínútur í örbylgjuofni og leyfið þeim að malla.

Næringarupplýsingar:298, Heildar Gordura 27,1g, Heildarkolvetni 8g, Prótein 7g, Sýra 2,4g, Natríum 70mg

aveia brauðrasp

Porções: 1

Biðtími: 10 mínútur

Hráefni:

Egg - 1

Hafa í pokum, moída - 0,5 xícara

Leite de Amêndoa - 2 litir á sópa

Natríum bíkarbónat - 0,125 colher de chá

Fermento em pó - 0,125 colher de chá

Bakstur aukalega - 1 stykki af brauði

Tâmaras pasta - 1 colher de chá

Ábendingar:

1. Vökvaðu chapa eða non-stick steikarpönnu við meðalhita á meðan þú undirbýr panquecas.

2. Setjið grænmetisloturnar í vökvavélina eða matvinnsluvélina og blandið þeim saman við fínt hveiti. Adicone-os til uma tigela, batendo-os com of fermento eo bicarbonate.

3. Ofan á cozinha, blandið egginu saman við amêndoa laufin, tâmaras maukið og baunil extrato blanda vel saman. Bætið blöndunni af soðnu eggi/mjólk við blönduna af heslihnetumjöli og blandið vel saman.

4. Smyrjið formið og fjarlægið pönnumassann, látið lítið bil vera á milli hverrar pönnu. Látið brauðmylsnuna standa í þrjár mínútur þar til þær verða brúnar og freyðandi.

Haltu þig varlega við panquecas og cozinhe eða hina hliðina í nokkrar mínútur þar til síðar.

5. Takið panquecas af hitanum og berið fram með ávöxtum, jógúrt, kompotti eða xaropes með bragði af Lakanto osti.

Ljúffengur með ilm um borð

Svæði: 4

Biðtími: 20 mínútur

Hráefni:

Edge ilm, a colher de chá

Canela, a colher de chá

Girassol fræ, þrír litir af sópa

Pekanhnetur, súrsuðu mínar

Kókosflögur, ósoðnar, 1/4 brúðkaupsstafur, 1/2 lítill stafur

Leite, amêndoas ou coco, meia xícara

Chiafræ, fjórir litir af sópa

Ábendingar:

1. Settu girassol fræin, fræin og pekanhneturnar í matvinnsluvél til að vinna þau. Þú getur einfaldlega sett brúðkaupin í endingargóðan plastpoka, vefja pokann með handklæði, setja hann á þéttan flöt og banka á handklæðið með hamri þar til brúðkaupin eru búin. Blandið súrum gúrkum saman við hin tvö hráefnin sem eftir eru og setjið þau á stórt borð.

Blandið þessari blöndu við lágan hita í þrjár mínútur. Alltaf er blandað saman þannig að blandan verði ekki grúin í botninum. Skreytt með ferskum ávöxtum eða hundarétti ef vill.

<u>Næringarupplýsingar:</u>Kaloríur 374 Kolvetni 3,2 grömm Prótein 9,25 grömm Gordura 34,59 grömm

Morango og kiwi smoothie

Porções: 1

Svefntími: 0 mínútur

Hráefni:

Kiwi, descascado og picado, um

Morangos, ferskt eða frosið, hálft stykki af súrsuðum, kryddað með kókos, stykki

Manjericão, moído, un colher de chá

Cúrcuma, a colher de chá

Banani í teningum, uma

Pó af chia fræi, fjórðungur af xícara

Ábendingar:

1. Drekkið strax eftir að allt hráefnið er vel blandað saman.

Næringarupplýsingar:250 hitaeiningar, 9,9 grömm, 1 grömm, 34 grömm

trefjar kolvetni 4,3 grömm

Mingau de linhaça con canela

Svæði: 4

Biðtími: 5 mínútur

Hráefni:

1 skál af canela osti

1 colher og smá stevía

1 litur af sopa de manteiga án salts

2 litir af hveiti

2 litir af hveiti sopa de linhaça

½ xicara af rakaðri kókoshnetu

1 xícara de creme

2 vatnsflöskur

Ábendingar:

1. Setjið miðlungs spjaldið, lyftið lágum hita, bætið öllu hráefninu saman við, blandið vel saman og hrærið.

2. Þegar blandan er orðin heit, fjarlægðu gufuplötuna, blandaðu vel saman og skiptu í fjóra liti.

3. Leyfið mingauinu að renna í 10 mínútur þar til það þykknar aðeins og látið malla.

Næringarupplýsingar: Kaloríur 171, Gordura Samtals 16g, Samtals Kolvetni 6g, Prótein 2g

Kaffistangir af afgangi með bláberjum og sætum kartöflum: 8

Biðtími: 40 mínútur

Hráefni:

1 1/2 xícaras af sætum kartöflumús

2 matskeiðar af kókosolíusopi, fjarlægður

2 skeiðar af hlynsírópssírópi

2 egg, críados í hverri máltíð

1 x skál af amêndoa hveiti

1/3 xicara af kókosmjöli

1 ½ bolli af natríumbíkarbónati

1 x karaffa af ferskum bláberjum, ósykruð og súrsuð

¼ xícara de água

Ábendingar:

1. Forvatn eða ofn við 3500F.

2. Bætið lotu af 9 prikum með kókosolíu. Pôr de lado.

3. Em uma tigela. Blandið saman sætkartöflumauki, vatni, kókosolíu, spínati og eggjum.

4. Inni í skálinni bætið við amêndoa hveitinu, kókosmjölinu og gerjuninni.

5. Nokkrum, bætið þurrefnunum við mörg. Notaðu spaða til að blanda saman og blandaðu öllu hráefninu saman.

6. Fjarlægðu undirbúninginn og þrýstinginn á trönuberjunum.

7. Fjarlægðu ofninn og borðið í 40 mínútur eða þar til eldavél er sett í miðjuna þar til hann er hreinn.

8. Fjarlægðu eða fjarlægðu áður en formið er fjarlægt.

<u>Næringarupplýsingar:</u>Kaloríur 98 Samtals Gordura 6g Mettuð Gordura 1g Samtals Kolvetni 9g Fljótandi kolvetni 8,5g Prótein 3g Sýra: 7g Trefjar: 0,5g Natríum: 113mg Kalíum 274mg

Láttu smakka með sérstökum fylgihlutum

Svæði: 6

Svefntími: 35 mínútur

Hráefni:

Aveia in flocos - 1,5 xícaras

Leite de amêndoa, sem açúcar - 0,75 xícara

Egg - 1

Lakanto stór ávöxtur bæta við - 0,5 xícara

Purê de abóbora - 1 xícara

Bakstur aukalega - 1 stykki af brauði

Nozes, picadas - 0,75 xícara

Fermento em pó - 1 colher de chá

Sal marine - 0,5 colher de chá

Kakatempur - 1,5 stykki af brauði

Ábendingar:

1. Vökvaðu ofninn í 350 gráður á Fahrenheit og smyrðu bökunarplötu.

2. Blandið eggjunum saman við hveitið, amêndoa laufin, eggin og restina af hráefninu í skál þar til grænmetið hefur blandast vel saman. Takið blönduna af grænmeti og kryddjurtum úr smurða ísskápnum og setjið í miðjan ofninn.

3. Látið hveitið vera þar til það er tilbúið og stíft, í 25 til 30 mínútur. Takið aveia assada af bökunarplötunum og látið kólna í fimm mínútur áður en það er borið fram. Njóttu þess sem þú borðar með uppáhalds ávöxtunum þínum og jógúrt.

Egg mexidos með espinafre og tómötum

Porções: 1

Hráefni:

1 colher de chá. azeite

1 colher de chá. nýsaxað kjöt

1 meðalstór umferð í teningum

¼ c. þessi saug

2 egg

½ colher de chá. Pimenta-caiena

½ c. espinafre embalado picado

Ábendingar:

1. Þeytið eggin, kjötið, piparinn og það kjöt í litlum bita.

2. Fjarlægðu kæliskápinn á miðlungshita og vatn eða olíu.

3. Slökktu og láttu standa í 3 mínútur. Bætið spínatinu og cozinhe í 2 mínútur eða komdu aftur að murcharinu.

4. Örvæntu þeyttu eggin og blöndurnar í 2 til 3 mínútur eða þar til þurrkaður hluti.

5. Divirta-se.

Næringarupplýsingar:Hitaeiningar: 230, Gordura: 14,3 g, Kolvetni: 8,4 g, Prótein: 17,9

Suðræn smoothie af kvöldi, góma og ávöxtum

Porções: 1

Svefntími: 0 mínútur

Hráefni:

1 blóð laranja, descascada og sementes

1 stór kvöldverður, descascada og picada

½ xcara af frosnum manga pedaços

2/3 bolli af kókosvatni

1 litur af sópa úr canamo cruas fræjum

¾ litur af tyggðu tyggjói

1 ½ litur af cúrcuma afhýddur og rakaður

Skál af cayena pimenta

Saltpíta

Ábendingar:

1. Setjið allt hráefnið án vökvaefnis og blandið þeim jafnt saman.

2. Takið út áður en það er borið fram.

Næringarupplýsingar:Kaloríur 259 Samtals Gordura 6g Mettuð Gordura 0,9g Samtals Kolvetni 51g Fljótandi kolvetni 40g Prótein 7g Sýra: 34g Trefjar: 11g Natríum: 225mg Kalíum 1319mg

Frönsk torrada með canela og baunilha

Svæði: 4

Hráefni:

½ colher de chá. canela

3 stór egg

1 colher de chá. baunilha

8 líkamsæfingar

2 litir. Leite með litla kenningu um ánægju

Ábendingar:

1. Fyrst skaltu forvökva chapa við 3500F.

2. Blandið baunilha, ovos, o leite og canela saman í litla skál og blandið saman.

3. Skildu eftir á grasflöt eða leggðu flata jörð.

4. Í blöndunni af eggjum, mergulhe eða pão, hrærið til að hylja tvær hliðar og bætið við því magni sem óskað er eftir.

5. Eldið í um 2 mínútur eða þar til botninn er aðeins brúnaður, snúið svo við og eldið líka á hinni hliðinni.

Næringarupplýsingar:Hitaeiningar: 281,0, Gordura: 10,8 g, Kolvetni: 37,2 g, Prótein: 14,5 g, Sýrur: 10 g, Natríum: 390 mg.

ljúffengt perú

Svæði: 4

Svefntími: 15 mínútur

Hráefni:

1 pund perú moído

½ skeið af tómatdufti með því

1 bolli af kókosolíusopi, fjarlægður

½ colher de chá de canela em pó

Para eða kjötkássa:

1 bitur cebola, picada

1 bolli af kókosolíusopi, fjarlægður

1 picada abobrinha

½ xícara de cenoura ralada

2 xícaras de abobrinha, em teningur

1 sneið, ósoðin, afhýdd og skorin í teninga

2 x Spinafre baby xícaras

1 litur af moído gums

1 skál af canela chá í pó

½ colher de chá de alho em pó

½ skeið af brauðrasp í skálinni

½ skeið af tómatdufti með því

Ábendingar:

1. Vökvaðu ísskáp með 1 bolla af kókosolíugosi við meðalháan hita. Viðbót eða perú, 1/2 colher af tomilho chá og 1/2 colher af canela chá em pó. Blandið saman og eldið í 5 mínútur, flytjið síðan yfir í glas. Kælið með 1 matskeið af sýrðum rjóma úr kókosolíu á meðalháum hita. Bæta við cebola, mexa og cozinhe í 2 mínútur. Viðbót við abobrinha, cenoura, abóbora, maçã, gengibre, 1 colher de chá de canela, ½

Taktu upp tómatinn, hristu hann og settu hann þar. Blandið saman og eldið í 3-4

minutis. Setjið kjötið aftur á spjaldið, bætið við eða espinafre tambén. Blandið saman og eldið í 1-2 mínútur, skiptið svo á milli grasflötanna og drekkið kaffi til hliðar.

2. Divirta-se!

Næringarupplýsingar:Kaloríur 212, Gordura 4, Trefjar 6, Kolvetni 8, Prótein 7

Espaguete com Queijo, Manjericão og Pesto

Porções: 2

Svefntími: 35 mínútur

Hráefni:

1 x Cara de Spaguete conzido, ég hleyp

Salt og pimenta-do-reino moída a hour a gosto ½ colher (sopa) de azeite

¼ xícara de queijo sumarhús, sem açúcar

2 onças af ferskum mussarela, í teningum

1/8 tsk af pestósósu

Ábendingar:

1. Settu eða ofn, stilltu hitastigið á 375°F og forvatnaðu.

2. Þegar það er búið skaltu taka miðlungs blæ, bæta við eða spaguete og tempra með salti og pimento-do-reino.

3. Bætið við sneið, smurðri með azeite, bætið við blöndu af kryddjurtum, skreytið með ricotta og mousse og látið standa í ofni í 10

mínútur até ficar cozido.

4. Þegar því er lokið skaltu taka deigið úr ofninum, mala pestóið og bera fram strax.

Næringarupplýsingar:Kaloríur 169, heildarfæða 11,3 g, heildarkolvetni 6,2 g, prótein 11,9 g, sykur 0,1 g, natríum 217 mg

Laranja og pêssego smoothie

Porções: 2

Hráefni:

2 c. picados pêssegos

2 litir. jógúrt án matreiðslu

Sumo de 2 laranjas

Ábendingar:

1. Hvernig á að fjarlægja fræ og húð barnanna þinna. Pique og veldu pedaços de pêssego til að skreyta.

2. Setjið súrsaðan safa, laranjusafann og jógúrtinn í vökvann og blandið saman.

3. Þú getur bætt við vatni til að þynna smoothie, ef þess er óskað.

4. Despeje em copos de vidro e divirta-se!

Næringarupplýsingar:Hitaeiningar: 170, Gordura: 4,5 g, Kolvetni: 28 g, Prótein: 7 g, Sýrur: 23 g, Natríum: 101 mg

Muffins de Banana og Manteiga de Amêndoa

Svæði: 6

Biðtími: 30 mínútur

Hráefni:

Aveia - 1 xícara

Sal marine - 0,25 colher de chá

Canela moída - 0,5 colher de chá

Fermento em pó - 1 colher de chá

Manteiga de amêndoa - 0,75 xícara

Amassada banani - 1 xicara

Tilbúið til að bæta við, án þess að elda - 0,5 matskeiðar af gosi

Extra baunilha - 2 colheres de chá

Egg - 2

Bætt við Lakanto Monk Fruit - 0,25 xícara

Ábendingar:

1. Hitaðu ofninn í 350 gráður á Fahrenheit og bakaðu muffinsform með pappír eða smurðum mótum ef þú vilt.

2. Í skál af cozinha, blandaðu eða maukaðu bananann með maíssterkjunni, bætið við maíssterkju, eggjum, baunilha extra og bætið eggjunum út í. Blandið saman hveiti, sérréttum og gerjið í sérstakri skál. Svo lengi sem hveitiblandan er alveg sameinuð skaltu láta hana standa í skálinni með maukuðum banana og sterkju/bananablöndunni og aveia blöndunni vel blandað saman.

3. Skiptið muffinsmassanum í tvo hluta og passið að hvert muffinshol líti út eins og þrír fjórðungar. Settu bananamuffinsformið með Amêndoa Manteiga í miðjan ofninn og leyfðu þeim að elda kexið og kexið. Þetta er gott þegar máltíð er útbúin inni og tekin úr hreinu formi.

Það verður að hækka frá sigri til sigurs og fimm mínútur.

4. Leyfðu Banana Muffins og Amêndoa Manteiga að steikja áður en þær eru bornar fram og prófaðu.

Enskur ricotta

Porções: 1

Svefntími: 0 mínútur;

Hráefni:

6 skeiðar af lífrænu ricota gosi

3 litir af linhaça fræjum

3 litir af linhaça olíu

2 skeiðar af sópa með lífrænni hrá maíssterkju

1 skál af lífrænni kókos kjötsósu

1 litur af cru sopa

¼ xícara de água

Ábendingar:

1. Blandið öllu hráefninu saman í einni skál. Best er að sameina blöndur.

2. Settu í skál og fjarlægðu ísinn áður en hann er borinn fram.

Næringarupplýsingar:Kaloríur 632 Samtals Gordura 49 g Mettuð Gordura 5 g Samtals Kolvetni 32 g Fljótandi kolvetni 26 g Prótein 23 g Sýra: 22 g Trefjar: 6 g Natríum: 265 mg Kalíum 533 mg

Bólgueyðandi hár og vax smoothie Porções: 1

Svefntími: 0 mínútur

Hráefni:

1 x karfylli af einföldu kefir

1 x cara de cerejas frosin, ósoðin

½ xícara af barnaspínatilaufum

¼ x kara af kryddudu hörðu abacate

1 skeið af sópa með salti og sýrðum rjóma

1 afhýdd hnépúði (1/2 stöng)

1 litur af chiafræjum

Ábendingar:

1. Setjið allt hráefnið án vökva.

2. Blöndur til að gera einsleitar.

3. Fjarlægðu ísinn áður en hann er borinn fram.

Næringarupplýsingar:Kaloríur 410 Samtals Gordura 20 g Mettuð Gordura 4 g Samtals Kolvetni 47 g Fljótandi kolvetni 37 g Prótein 17 g Sýra: 33 g Trefjar: 10 g Natríum: 169 mg Kalíum 1163 mg

Shakshuka Picante

Svæði: 4

Sýningartími: 37 mínútur

Hráefni:

2 litir af extra virgin azeite sópa

1 cebola pera, klemmd

1 jalapeño, fræ og súrum gúrkum

2 litlar tennur, beittar

1 pund af espinafre

Sal e pimenta-do-reino moída a hour

¾ litur af chá de center

1 colher de chá de minhos secos

2 matskeiðar af harissa pastasúpu

½ teskeið af heitum belgjurtum

8 einingar af stórum eggjum

Hraðir af rauðum pimenta, til að bera fram

Valin miðstöð til að þjóna

Súrsuð sósa til að bera fram

Ábendingar:

1. Forvatnið eða ofninn í 350°F.

2. Vökvaðu olíuna í ísskáp sem hægt er að setja inn í ofn við meðalhita. Settu cebola og refogue inn í 5 mínútur.

3. Bætið jalapeño og restinni út í og kælið í eina mínútu eða lengur. Bætið spínati og cozinhe út í í 5 mínútur eða þar til hópurinn er alveg gómsætur.

4. Temperas blandað með salti og pimenta, coentros, cominhos og harissa. Cozinhe maís í 1 mínútu.

5. Færið blönduna yfir í matvinnsluvélina: sjóðið hana þar til hún þykknar. Hættu að hita eð bata mais até ficar einsleit.

6. Hreinsið og smyrjið mótið með non-stick úða.

Enginn misskilningur. Notaðu pau hníf til að móta nokkra litla hringlaga.

7. Látum þær falla varlega þegar við höfum þær. Coloque a panela án ofn—

Þeytið í 25 mínútur eða hrærið eggin þar til þau eru full stíf.

8. Til að bera fram, polvilhe eða shakshuka með flögum af vermelha pimenta, áleggi og sósu eftir smekk.

Næringarupplýsingar:Kaloríur 251 Gordura: 8,3 g Prótein: 12,5 g Natríum: 165 mg Samtals kolvetni: 33,6 g

Lestu klukkuna í 5 mínútur

Porções: 1

Biðtími: 5 mínútur

Hráefni:

1 1/2 stangir af ljósum kókosskeljum

1 1/2 afgangur af xícaras ósoðinn

1 1/2 matskeið af meðalstórri brauðrasp

1/4 skera af sumum af vættu tannholdinu

1 heil pönnu af reyr

1 skál af kókosolíu

1 pre-moída pimento réttur

Bættu við uppáhalds þinni (ef þú ert það skaltu bæta við kókoshnetu, taka skál eða borða eftir smekk)

Ábendingar:

1. Bættu við kókosolíu, ferskum ávaxtasafa, ferskum ávaxtasafa, ferskum engifersafa, rapsolíu, kókosolíu, kryddjurtum og uppáhalds viðbótinni þinni á litlu borði.

2. Blandið saman við meðalhita og hitið aftur. Vökvaðu allt í einu, en ekki ákaft - í um það bil 4 mínútur - blandaðu reglulega.

3. Desligue o fogo e rehearsal para mudar o sabor. Fyrir sterk tilboð +

eftir smekk, bætið við maís eftir smekk eða maís til að steikja eða tyggjó.

4. Snúðu strax, byrjaðu á milli tveggja staða og sæktu hundinn næst. Nýsoðnir, topparnir má fylla í 2-3 daga í ís. Vatn við hitastig án þoku eða örbylgjuofn.

Næringarupplýsingar:Kaloríur 205 Gordura: 19,5 g Natríum: 161 mg Kolvetni: 8,9 g Trefjar: 1,1 g Prótein: 3,2 g

Aveia simples no café da manhã

Porções: 1

Sýningartími: 8 mínútur

Hráefni:

2/3 xícara de leite de coco

1 egg clara, soðin í hverri máltíð

½ xcara af skyndieldun án glútens

½ skeið af brauðrasp í skálinni

½ colher de chá de canela

¼ colher de chá de gums

Ábendingar:

1. Settu vökvann sem ekki er fljótandi á spjaldið og vatn á miðlungshita.

2. Blandið eggjablöndunni saman við og þeytið áfram þar til blandan er orðin einsleit.

3. Bætið restinni af hráefninu og hráefnunum í meira en 3 mínútur.

Næringarupplýsingar:Kaloríur 395 Samtals Gordura 34 g Mettuð Gordura 7 g Samtals Kolvetni 19 g Fljótandi kolvetni 16 g Prótein 10 g Sýra: 2 g Trefjar: 3 g Natríum: 76 mg Kalíum 459 mg

Túrmerik prótein rósir

Svæði: 8

Svefntími: 0 mínútur

Hráefni:

1 1/2 xícaras de castanha de caju crua

½ xicara de tâmaras medjool sem dýrt

1 skeið af kartöflupróteinsúpu í skálinni

½ xicara af rakaðri kókoshnetu

2 skeiðar af hlynsírópssírópi

¼ colher de chá de baunilha extrato

1 colher de chá de açafrão em pó

¼ teskeið af dökku súkkulaði

Ábendingar:

1. Blandið öllu hráefninu, nema ediki eða súkkulaði, saman í matvinnsluvél.

2. Blöndur til að gera einsleitar.

3. Nuddið í 8 kúlur og þrýstið í sílikon kleinuhringjaform.

4. Fjarlægðu frystinn í 30 mínútur til að skrifa undir.

5. Þegar það er tilbúið skaltu hylja súkkulaðið með því að setja súkkulaðið á banho-maria.

6. Um leið og kleinurnar hafa storknað, takið þá úr forminu og bætið við súkkulaði.

<u>Næringarupplýsingar:</u>Kaloríur 320 Samtals Gordura 26 g Mettuð Gordura 5 g Samtals Kolvetni 20 g Fljótandi kolvetni 18 g Prótein 7 g Sýra: 9 g Trefjar: 2 g Natríum: 163

mg Kalíum 297mg

Cheddar Kale eggjakaka

Svæði: 6

Hráefni:

1/3 c. chalota fatiada

¼ colher de chá. Pimenta

1 pimento mulið í teninga

¾ c. þú fæddist

1 c. þessi cheddar með litlu magni af sterkan osti

1 colher de chá. azeite

5 únsur. couve og espinafre

12 egg

Ábendingar:

1. Forvatnið eða ofninn í 375°F.

2. Taktu myndskeið með tíma.

3. Bætið öllum hráefnunum saman við í einni skál, exceto eða þeim.

4. Látið eggjablönduna vera undirbúna og soðna í 35 mínútur.

5. Takið úr ofninum og stráið þær yfir og hnoðið í 5

minutis.

6. Taktu úr ofninum og afskannaðu í 10 mínútur.

7. Dómstóll og samþykki.

<u>Næringarupplýsingar:</u>Hitaeiningar: 198, Gordura: 11,0 g, Kolvetni: 5,7 g, Prótein: 18,7

g, Sýrur: 1 g, Natríum: 209 mg.

Miðjarðarhafs eggjakaka

Svæði: 6

Biðtími: 20 mínútur

Hráefni:

Ovos, voicê é

Feta, ópakkað, kvart úr kílói

Pimenta preta, fjórðungur af colher de chá

Olía, sprey eða azeitona

Orégano, a colher de chá

Lestu, borðaðu kókos, fjórðung úr stykki

Sal marinho, uma colher de chá

Pretas picadas, fjórðungur stykki

Grænir, súrsaðir bitar, fjórðungur bita

Tómatar, teningur, fjórðungur stykki

Ábendingar:

1. Vatn eða ofn á 400. Smyrjið 20 x 20 cm bökunarplötu.

Blöndur eða blöndur með eggjum, aukið síðan önnur innihaldsefni.

Fjarlægðu alla blönduna og bætið henni í ofninn í nokkrar mínútur.

<u>Næringarupplýsingar:</u>Kaloríur 107 hitaeiningar 2 grömm af mat 7 grömm af kolvetnum 3

grömm af próteini 7 grömm

Porções de Trigo Sarraceno Canela Gengibre

Porções: 5

Biðtími: 40 mínútur

Hráefni:

¼ xicara af chiafræjum

½ xicara af kókoshnetu

1 1/2 blandaðar brúðarskeiðar

2 xícaras de aveia án glútens

1 xícara de trigo sarraceno

2 colheres af sopa til manteiga af amendoim

4 bollar af kókosolíu

1 kassi af girassol fræjum

½ xicara af plöntum

1 1/2 - 2 tyggjó

1 skál af canela chá í pó

1/3 xcara af xarope af ristuðu malti

4 litir af hrákakósúpu í skálinni - Valfrjálst

Ábendingar:

1. Pré-aqueça eða ofn við 180°C

2. Bata as nozes engin vinnsluvél af mat og blöndur fljótt að þykkna. Setjið súrum gúrkur í skál og bætið við öllu hinu hráefninu, blandið því vel saman: grænmeti, kókos, canela, maíssterkju, fræ og salt í skál við vægan hita, hellið kókosolíu varlega út í.

3. Bætið kakói við blönduna (ef það er notað) í blautu blönduna. Leyfið blöndunni ofan á þurru blönduna og góðar blöndur til að tryggja að allt sé þakið. Færið blönduna yfir í stóra pastasósu með smurðum pappír eða kókosolíu. Gakktu úr skugga um að þú dreifir blöndunni jafnt í 35 til 40 mínútur, hrærið blönduna hálfa leið. Gakktu úr skugga um að granólan sé stökk og stökk!

4. Njóttu með uppáhalds brúðkaupshjónunum þínum, skál af kókosjógúrt, ferskum ávöxtum og ofurfæði: goji berjum, linhaça, rauðrófum, hvað sem þú vilt! Blöndur á hverjum degi.

<u>Næringarupplýsingar:</u>Kaloríur 220 Kolvetni: 38g Gordura: 5g Prótein: 7g

panquecas de center

Svæði: 6

Biðtími: 6-8 mínútur

Hráefni:

½ xícara af tapíókamjöli

½ xícara af amêndoa hveiti

½ skeið af pimenta í tvennt

¼ settu saman rétt magn af vatni

Salt og pimenta-do-reino moída no hour a gosto 1 xícara de leite heil coco

½ cebola roxa picada

1 pedaço (½ polegada) ferskt tyggjó, fínt rakað 1 lítill serrano pimenta

½ xícara af fersku kjöti, saxað

Olía eftir þörfum

Ábendingar:

1. Blandið hveitinu og temprunum saman í stóra skál.

2. Bætið við kókosmjólk og blandið þar til hún er einsleit.

3. Junte a cebola, eða gengibre, a pimenta serrano eo coentro.

4. Smyrjið stóra eldfasta steikingarpönnu létt með olíu og vatni á miðlungs lágum hita.

5. Bætið ¼ tsk af blöndunni út í og blandið henni saman í pönnuna til að dreifa henni jafnt í pönnuna.

6. Eldið í um 3-4 mínútur á báðum hliðum.

7. Skilið aftur með restinni af blöndunni.

8. Sirva junto com a cobertura desejada.

Næringarupplýsingar: Hitaeiningar: 331, Gordura: 10g, Kolvetni: 37g, Trefjar: 6g, Prótein: 28g

Smoothie de toranja e framboesa Porções: 1

Svefntími: 0 mínútur

Hráefni:

Safi úr 1 toranja gefið út á klukkustund

1 afhýddur og fölinn banani

1 x Cara de yaws

Ábendingar:

1. Setjið allt hráefnið án vökvaefnis og blandið þeim jafnt saman.

2. Takið út áður en það er borið fram.

Næringarupplýsingar:Kaloríur 381 Samtals Gordura 0,8 g Mettuð Gordura 0,1 g Samtals Kolvetni 96 g Fljótandi kolvetni 85 g Prótein 4 g Sýra: 61 g Trefjar: 11 g Natríum: 11 mg Kalíum 848 mg

Porções de Granola de Manteiga de Amendoim

Svæði: 8

Svefntími: 25 mínútur

Hráefni:

Hafa í pakkningum - 2 xícaras

Canela - 0,5 colher de chá

Heimagerð manteiga, náttúruleg með salti - 0,5 xícara

Pasta de tâmaras - 1,5 sópa

Bitur súkkulaðibitar frá Lily - 0,5 sent

Ábendingar:

1. Vökvaðu ofninn við 300 gráður Fahrenheit og settu bökunarplötu með pergament eða sílikon borði.

2. Blandið saman tamarapasta, reyr og amendoim blöndunni á einni pönnu til að blanda saman og bætið síðan við hráefnin og tryggið að innihaldsefnin séu alveg klædd. Dreifðu þessari blöndu og tempraðu hana jafnt á þunnri pönnu.

3. Settu granólið úr ofninum og taktu það úr ofninum í um það bil tíu mínútur, láttu það vera að minnsta kosti helming tímans til að forðast óæskilega og langa eldun.

4. Takið granóluna úr ofninum og látið kólna við stofuhita áður en súkkulaðibitunum er bætt út í. Flyttu soðnu granóluna í loftþétt ílát þar til það er tilbúið til notkunar.

Blandað egg borðað með ávaxtaskömmtum: 6

Svefntími: 15 mínútur

Hráefni:

8 til 10 stór egg criados í hverri máltíð

½ teskeið af ósykruðu maís eða kókoshnetu

½ skeið af brauðrasp í skálinni

1 colher de chá de center picado

¼ litur af smá preta pimenta

Saltpíta

Ábendingar:

1. Forvatn eða ofn við 3500F.

2. Smyrjið spjaldið eða eldfast.

3. Em uma tigela, bata ovo, o leite, o açafrão em pó, a pimenta-do-reino eo sal.

4. Bætið blöndu af eggjum við spjaldið.

5. Farið úr ofninum og eldið í 15 mínútur eða þar til eggin eru orðin stíf.

6. Takið úr ofninum og skreytið með tilætluðum oddum.

Næringarupplýsingar:Kaloríur 203 Samtals Gordura 16 g Mettuð Gordura 4 g Samtals Kolvetni 5 g Fljótandi kolvetni 4 g Prótein 10 g Sýra: 4 g Trefjar: 1 g Natríum: 303

mg Kalíum 321 mg

Tími til að búa til chia og ekkert kaffi eftir: Tími: 2

Hráefni:

85 g af söxuðum maíssterkju

340 g af kókosskeljum

30 g af hakkað vatni

2½ g laranja raspas

30 g af linhaça blöndu

170 g af grænmeti í flögum

340 g af bláberjum

30 g af chiafræjum

2½ g af kanil

Ábendingar:

1. Blandið saman öllum raka hráefnunum og blandið þeim saman við hindberin.

2. Bætið canela og bem blöndunum út í. Þegar þú ert viss um að hárið þitt sé ekki skemmt skaltu bæta við hárinu, tungunni og chia og þú ættir að afskanna í eina mínútu.

3. Festu tvo tígla eða glerpotta og fjarlægðu blönduna í þeim. Fullkomið með torradas snarli og varaís.

4. Retire-o de manhã e dá!

Næringarupplýsingar:Hitaeiningar: 353, Gordura: 8 g, Kolvetni: 55 g, Prótein: 15 g, Sýrur: 9,9 g, Natríum: 96 mg

Muffins de ruibarbo, maçã og gengibre

Svæði: 8

Biðtími: 30 mínútur

Hráefni:

1/2 skeið af canela chá í pó

1/2 litur af chá de gums moído

salt pítata

1/2 tsk maísmjöl (rakt maísmjöl)

1/4 af burstanum er ekki hreinsaður

2 litir af fínt klíptu kristalluðu tyggjómauki

1 skeið af hveitisópu með hreinu hári

1/2 xícara de trigo hveiti

1/4 x karaffa af fínu heilhveiti

60ml af azeite

1 stórt caipira egg

1 colher de chá de baunilha extrato

2 skeiðar af lífrænum ávöxtum eða appelsínu 2 skeiðar af gerjuð mjólk sett án sykurs

1 x Cara de Ruibarbo fíngerð

1 lítil sneið, afhýdd og skorin í teninga

95 ml (1/3 xícara + 1 skeið af gosi) af kryddi eða laufum<u>Ábendingar:</u>

1. Setjið í ofninn við 180°C / 350°C. Smyrjið með manteigunni eða fyllið 8 1/3 muffinsform (80 mL) með pappírstampanum.

2. Blandið amêndoa hveitinu, eða gúmmíinu, eða vatni og linhaça fræinu saman í miðlungs magni. Peneire eða gerja, sem farinhas og os temperos og blanda vel. Blanda af hveiti, bata eða ruibarbo og smá maçã til að klæða.

3. Þeytið eggið, sjóðið eggið og sjóðið það á innan við hálftíma fyrir despejá-los í þurru blöndunni og blandið vel saman.

4. Skiptið massanum jafnt á milli pappírsþurrka/íláta og blandið í 20 mínútur til 25 mínútur eða þar til hann lyftist, brjótið saman brúnirnar.

5. Fjarlægðu og geymdu í 5 mínútur áður en þú færð það yfir á hæð til að kólna meira.

6. Komið við stofuhita.

<u>Næringarupplýsingar:</u>Kaloríur 38 Kolvetni: 9 g Gordura: 0 g Prótein: 0 g

Korn og ávextir ekkert kaffi eftir

Svæði: 6

Hráefni:

1 c. vínberjapassar

¾ c. heilsteikt með hraðri eldun

1 stykki Granny Smith

1 laranja

8 onças. Bökunarjógúrt með lágu gorduratei

3 c. cachoeira

¾ c. bulgur

1 ljúffengur maçã vermelha

Ábendingar:

1. Við háan hita, settu stóra spjaldið og kveiktu á vatninu til að hita það.

2. Viðbót eða bulgur og eða arroz. Sæktu hitann fyrir ferver og eitthvað tampado í dez mínútur.

3. Taktu hitann úr sambandi og geymdu í 2 mínútur með tampa spjaldinu.

4. Frá klípu, flytja og dreifa kornunum jafnt til að nudda af.

5. Á meðan, descasque as laranjas e corte-as às rodelas. Klipptu og dragðu verkfærin.

6. Eftir að kornið er kalt skaltu flytja það í stóra skál ásamt ávöxtunum.

7. Bæta við eða jógúrt og blanda vel að cobrir.

8. Sirva og aproveite.

<u>Næringarupplýsingar:</u>Hitaeiningar: 121, Gordura: 1 g, Kolvetni: 24,2 g, Prótein: 3,8 g, Sýrur: 4,2 g, Natríum: 500 mg

Bruschetta með tómötum og manjericão

Svæði: 8

Hráefni:

½ c. súrsuðu kjöti

2 beittar tennur

1 sópa. balsamic vínaigrette

2 litir. Azeite

½ colher de chá. pimenta preta rachada

1 gróft baguette búið til

8 harðir ítalskir tómatar í teningum

1 colher de chá. sal marinho

Ábendingar:

1. Grunnið, forvatnið eða ofninn við 375 F.

2. Stráið tómötunum yfir, blandið saman balsamic vínaigrette, eða súrsuðu grænmeti, eða salti, pimenta eða azeite og geymið.

3. Skerið baguette í 16-18 mínútur og setjið í skál eftir smekk í um 10 mínútur.

4. Horfðu á vinnuna sem þú þarft og samþykktu.

5. Til að toppa það skaltu skoða í loftþéttu íláti og fjarlægja ísinn.

Gerðu tilraunir þar sem þau eru ekki búin, það er ótrúlegt!

<u>Næringarupplýsingar:</u>Hitaeiningar: 57, Gordura: 2,5 g, Kolvetni: 7,9 g, Prótein: 1,4 g, Sýrur: 0,2 g, Natríum: 261 mg

Panquecas de Coco og Canela

Porções: 2

Sýningartími: 18 mínútur

Hráefni:

2 lífræn egg

1 skál af sópa með amêndoa hveiti

2 matskeiðar af þessum kremum

¼ tsk af rifnum kókos og maís til að slétta ½ tsk af erythritol gosi

1/8 colher de chá de sal

1 skál af canela osti

4 skeiðar af sumargosi

½ litur af sopa de azeite

Ábendingar:

1. Látið eggin vera í skál, þeytið þeim út í machosið og bætið við hveiti og rjómaosti þar til þau eru einsleit.

2. Bætið restinni af hráefninu og blöndunum út í.

3. Setjið ísskáp, takið miðlungshita, smyrjið með olíu, fjarlægið helminginn af massanum og eldið í 3-4 mínútur á hvorri hlið þar til pannan er elduð og brún.

4. Flyttu bekkinn yfir á grasflötina og settu bekkinn úr sömu lögun með því að nota massann sem eftir er.

5. Polvilhe eða coco sobre cozidas panquecas e sirva.

Næringarupplýsingar:Kaloríur 575, Gordura samtals 51 g, samtals kolvetni 3,5 g, prótein 19 g

Avelã Cranberry Banana Aveia: Porções: 6

Biðtími: 2 klst

Hráefni:

1/4 xícara de amêndoas (torradas)

1/4 brúðarskeið

1/4 x carra de pecanhnetur

2 litir af sopa de linhaça moída

1 litur af moído gums

1 skál af canela osti

1/4 bolli saltmarinering

2 skeiðar af kókos

½ skeið af gerjuðu geri

2 xícaras de leite

2 bananar

1 x karaffa af ferskum bláberjum

1 bolli af hlynsírópssírópi

1 colher de chá de baunilha extrato

1 skeið af bleytri sópa

jógúrt til að bera fram

Ábendingar:

1. Í stórri pönnu, bætið stútunum, linhaça, gerjið í po, sérrétti og bætið við kókoshnetu og blöndum.

2. Þeytið eggin í millitíðinni, eða sírópinu, eða hlynsírópinu og baunilha extrato.

3. Skerið bananana í tvennt og settu þá á hægfara borð með bláberjum.

4. Bætið við grænmetisblönduna og bætið henni út í tómstundablönduna.

5. Regue com manteiga derretida,

6. Eldið hægt við lágan hita í 4 klukkustundir eða við háan hita í 4 klukkustundir. Svo lengi sem vökvinn hefur frásogast og er orðinn óþægilegur.

7. Sirva quente e cubra comra com grego náttúruleg jógúrt.

<u>Næringarupplýsingar:</u>Kaloríur 346 mg Gordura Samtals: 15 g Kolvetni: 45 g Prótein: 11 g Sýrur: 17 g Trefjar 7 g Natríum: 145 mg Kólesteról: 39 mg

Torradas með söltuðu eggi

Porções: 2

Sýningartími: 4 mínútur

Hráefni:

Heilkorn, tvö hundruð stykki eða heitur sítrónusafi, fjórðungur af kjúklingabita

Abacate, tveir litir af maukuðum kartöflum

Pimenta preta, fjórðungur af colher de chá

Ovos, dois escalfados

Salmão, örmagna, fjórir onças

Chalotas, skál af sópa í þunnri fitu

Sal, uma oitava colher de chá

Ábendingar:

1. Bætið sítrónusafanum út í abacatið með pimenta og salti. Smyrjið blöndu af abacati á fituna úr torrado pão. Setjið reykta pylsuna ofan á kyndlinum og skreytið með heitu eggi. Cubra com a chalota fatiada.

Næringarupplýsingar:Hitaeiningar 389 grömm af mat 17,2 grömm af próteini 33,5 grömm af kolvetnum 31,5 grömm af mat 1,3 grömm af trefjum 9,3 grömm

Pudim með chia og canela fræjum

Porções: 2

Svefntími: 0 mínútur

Hráefni:

Chiafræ, fjórir litir af sópa

Manteiga de amêndoa, un colher de sopa

Kókosskel, þrír fjórðu af sykri

Canela, a colher de chá

Baunilha, a colher de chá

Ís kaffihús, þrír fjórðu kaffi

Ábendingar:

1. Sameina allar festingar þétt saman og fjarlægðu þær í öruggu ísíláti. Cubra bem e deixe na geladeira meðan á hljóði stendur.

Næringarupplýsingar:Kaloríur 282 kolvetni 5 grömm af próteini 5,9 grömm af mat 24

gramas

ovos og quellejo

Porções: 1

Hráefni:

¼ c. Picado tómatar

1 egg clara

1 grænn cebola picada

2 litir. Leite denatado

1 heilt brauðstykki

1 egg

½ aura. þessi cheddar rakaður með litlu magni af osti

Ábendingar:

1. Blöndur af eggi og eins claras í tígla og vaxandi eða leite.

2. Blandið blöndunni saman á pönnu sem festist ekki þar til eggin eru vel soðin.

3. Hversu mikið er svo toste eða pão.

4. Sendu blönduna af eggjum mexidos ofan á torrada og cubra sem það sem er eftir.

5. Viðbót við cebola og eða tomate.

Næringarupplýsingar:Hitaeiningar: 251, Gordura: 11,0 g, Kolvetni: 22,3 g, Prótein: 16,9

g, Sýrur: 1,8 g, Natríum: 451 mg

Tex-Mex Hash Browns

Svæði: 4

Biðtími: 30 mínútur

Hráefni:

1 1/2 pund af batatas, í teningum

1 colher de sopa de azeite

Samhæfður pipar nauðsynlegur

1 cebola, picada

1 pimenta vermelha, picada

1 jalapenó, skorinn í sneiðar

1 skál af olíu

½ hluti af leiðinni til að byrja

1/2 matskeið af temprunarblöndu fyrir taco

Ábendingar:

1. Pré-queça fritadeira a 320 graus F.

2. Blandið batatunum saman við 1 skeið af feita gosi.

3. Tempera klárast.

4. Færið yfir á pönnuna.

5. Steikið í 20 mínútur, hristið tvisvar á meðan á eldun stendur.

6. Blandið því sem eftir er af hráefninu saman í einni skál.

7. Viðbót við fritadeira.

8. Blöndur bem.

9. Snúðu í 356 gráður F í 10 mínútur.

Shirataki með Abacate og kremum

Porções: 2

Sýningartími: 6 mínútur

Hráefni:

½ pakki af shirataki macarrão, soðið

½ abakat

½ litur af einhverju moída pimenta-do-reino

½ colher de chá de sal

½ skeið af afgöngum með því

1/8 xícara de creme

Ábendingar:

1. Hækkið meðalstórt spjald af vatni upp í hálfan hita, hitið það, aukið blönduna og látið standa í 2 mínútur.

2. Fylgdu þessu, flettu í gegnum macarrão og pantaðu það sem þarf.

3. Setjið blönduna í skál, blandið henni saman við kekk, 4. Setjið hana í skál, setjið hana yfir í vökvabúnaðinn, bætið við fleiri hráefnum og blandið jafnt saman.

5. Bætið við ísskáp, látið það standa á meðalhita og þegar það er mjög heitt, bætið við eða macarrão, bætið við blöndu af abacat, blandið vel saman og hrærið í 2

mínútur até ficar mjög quente.

6. Sirva strax.

<u>Næringarupplýsingar:</u>Kaloríur 131, Gordura Samtals 12,6g, Samtals Kolvetni 4,9g, Prótein 1,2g, Sýra 0,3g, Natríum 588mg

Ljúffengur porções de mingau

Porções: 2

Biðtími: 30 mínútur

Hráefni:

½ xícara de água

1 x kara af ferskum laufum, óhituð

½ xícara af amaranth

1 pera, afhýdd og skorin í teninga

½ colher de chá de canela em pó

¼ colher de chá de gengibre nýrakaður

A noz-moscada pitada em pó

1 skeið af hlynsírópi

2 brúðkaup colheres picadas

Ábendingar:

1. Setjið vatnið og þangið á spjaldið, hækkið meðalhitann, ræktun eða amaranth, blandið saman og eldið í 20 mínútur.

Viðbót við pêra, canela, gengibre, noz-moscada og xarope de bord og blöndur.

Eldið í meira en 10 mínútur, skiptið þeim í bita og njótið brúðkaupstertanna ofan á.

2. Divirta-se!

Næringarupplýsingar:Kaloríur 199, Gordura 9, Trefjar 4, Kolvetni 25, Prótein 3

Panquecas af hveiti af amêndoa með þessum kremum

Porções: 2

Sýningartími: 18 mínútur

Hráefni:

½ xicara af amêndoa hveiti

1 flaska af erýtrítóli

½ colher de chá de canela

2 matskeiðar af þessum kremum

2 lífræn egg

1 litur af sopa de manteiga án salts

Ábendingar:

1. Undirbúið brauðmylsnublönduna og til þess skaltu bæta hveitinu í vökvabúnaðinn, bæta við fyrstu hráefnunum og hræra í 2 mínútur til að gera það einsleitt.

2. Slökktu á massanum í skál og afskannaðu í 3 mínútur.

3. Næst skaltu bæta við stórri pönnu, hækka hana á miðlungshita, bæta við blönduna og, þegar hún er þurr, fjarlægðu ¼ af massa tilbúinna brauðmylsnu.

4. Dreifið massanum jafnt inn í ísskáp, eldið í 2 mínútur hver þar til hann er gullinn og færið svo yfir á bekkinn á grasflötinni.

5. Eldið þrjár brauðrasp með massanum sem eftir er og bætið brauðmylsnunni við eftir matreiðslu með uppáhalds villiávöxtunum þínum.

Næringarupplýsingar:Kaloríur 170, Gordura samtals 14,3 g, samtals kolvetni 4,3, prótein 6,9 g, sýra 0,2 g, natríum 81 mg

Muffins de Queijo með Sementes de Linhaça og Sementes de Cânhamo Porções: 2

Biðtími: 30 mínútur

Hráefni:

1/8 x cara de linhaça

¼ xícara af hráum reyrfræjum

¼ x kara af amêndoa hveiti

fara upp að smakka

¼ hellið gerjuðu gerinu út í það

3 þeytt lífræn egg

1/8 xícara de flocos de vedura næringargildi

¼ xícara de quejo sumarhús, baixo teor de godura

¼ x cara de parmesão ralado

¼ xícara de chalotas, em fatias finas

1 colher de sopa de azeite

Ábendingar:

1. Setjið í ofninn, stillið á 360°F og forvatnið.

2. Eins og hér að ofan, fylgdu tveimur ramequins, smyrðu þær með olíu og geymdu þar til þörf krefur.

3. Eftir miðlungs magn, bætið við hörfræunum, bómullarfræunum og amêndoa hveitinu og bætið við salti og gerjið til að þau verði einsleit.

4. Látið eggin liggja í öðru lagi, aukið gerjun í blöndunni, bætið ricotta og parmesan saman við, blandið vel saman og bætið svo blöndunni út í hveitiblönduna.

5. Bætið chalotas út í, dreifið blöndunni á tilbúnu ramequins og látið þær standa í ofninum í 30 mínútur þar til muffinsin eru orðin stíf og gullin.

6. Þegar því er lokið skaltu taka muffinsin úr formunum og láta þær þorna alveg að stigi.

7. Til að undirbúa bakflæði skaltu pakka hverri muffins inn í pappírsþurrkur og fjarlægja ísinn í þrjá og fjóra daga.

8. Þegar það er tilbúið til að borða skaltu vökva muffinsin í örbylgjuofni og setja í ofninn.

<u>Næringarupplýsingar:</u>Kaloríur 179, Gordura samtals 10,9 g, samtals kolvetni 6,9 g, prótein 15,4 g, sýra 2,3 g, natríum 311 mg

Vöfflur de couve-flor með quellejo og cebolinha

Porções: 2

Svefntími: 15 mínútur

Hráefni:

1 x Cara de florets de couve-flor

1 súrsuð cebolinha colher

½ litur af einhverju moída pimenta-do-reino

1 colher de chá de cebola em pó

1 colher de chá de alho em pó

1 x carra de mussarela ralada

½ xicara af söxuðum parmesan

2 þeytt lífræn egg

1 colher de sopa de azeite

Ábendingar:

1. Settu vöffluvélina, smyrðu með olíu og forvatni.

2. Undirbúið nú vöfflumassann og hellið öllu hráefninu í skál og blandið vel saman.

3. Despejeðu helminginn af massanum í formi vöfflna, límdu í tampa og lifðu ao ofni þar til það er orðið dökkt.

4. Takið vöffluna af og straujið vöffluna úr sama formi með því að nota afganginn.

5. Til að undirbúa bakflæði skaltu setja vöfflurnar í loftþétt ílát, skilja þær að með smjörpappír og fylgjast með í fjóra daga.

Næringarupplýsingar:Kaloríur 149, Gordura samtals 8,5 g, samtals kolvetni 6,1 g, prótein 13,3 g, sýra 2,3 g, natríum 228 mg

Samlokur af kaffi frá Manhã

Porções: 1

Sýningartími: 7 mínútur

Hráefni:

1 frosið kaffi frá grunni

Ábendingar:

1. Steikið eða samloku við 340 gráður F í 7 mínútur.

Saltar grænmetismuffins

Porções: 5

Svefntími: 18-23 mínútur

Hráefni:

¾ xicara af amêndoa hveiti

½ bolli af natríumbíkarbónati

¼ teskeið af kjúklingapróteinþykkni

2 litir af ferskum endro, súrsuðum

fara upp að smakka

4 stór lífræn egg

1 ½ bolli næringarsópa

2 litir af maçã vinaigrette

3 litir af ferskum lime safa súpu

2 matskeiðar af kókosolíusopi, fjarlægður

1 x cara de manteiga de coco, amolecida

1 búnt af chalotas, súrsuðum

2 miðlungs kvöldverðir descascadas og raladas

½ teskeið af ferskri salsasósu

Ábendingar:

1. Forvökvaðu ofninn við 350 gráður F. Smyrðu 10 xícaras af stóru muffinsforminu þínu.

2. Blandið saman hveiti eða natríumbíkarbónati, próteini og salti í stórri skál.

3. Þegar búið er að elda, bætið við eggjunum, næringargerjuninni, vínaigrettunni, limesafanum og olíunni og blandið vel saman.

4. Bætið kókosblöndunni út í og gerið hana einsleita.

5. Bætið eggjablöndunni út í hveitiblönduna og maukið.

6. Setjið chalotas, carrés og sósu saman.

7. Bætið jafnt út eða blandið í tilbúin muffinsform.

8. Látið standa í um það bil 18-23 mínútur eða þar til staur sem settur er í miðjuna verður glær.

Næringarupplýsingar:Hitaeiningar: 378, Gordura: 13 g, Kolvetni: 32 g, Trefjar: 11 g, Prótein: 32 g

panquecas de abobrinha

Svæði: 8

Biðtími: 6-10 mínútur

Hráefni:

1 x skál af hvítu hveiti

1 1/2 xícaras de água, skipt

¼ uppskera af plöntum

¼ bolli af pimenta cayena

¼ settu saman rétt magn af vatni

fara upp að smakka

½ xícara de abobrinha, ralada

½ xícara de cebola roxa, vel picada

1 græn malagueta, hálffræ og fínt klípuð

¼ xícara de core ferskur, súrsaður

Ábendingar:

1. Í stórri skál, bætið við hveiti og 3/4 af vatninu og blandið þar til slétt.

2. Bæta við afgangsvatni og bata até obter um 3. Bæta við cebola, eða gengibre, við pimenta serrano og os coentros.

3. Smyrjið léttsteikarpönnu með olíu og vatni á miðlungs lágum hita.

4. Bætið ¼ tsk af blöndunni út í og blandið henni saman í pönnuna til að dreifa henni jafnt yfir pönnuna.

5. Eldið í um 4-6 mínútur.

6. Farðu varlega á hliðina og láttu sitja í um 2-4 mínútur.

7. Bætið því miklu sem þið notið út í blönduna sem eftir er.

8. Sirva com o enfeite desejado.

Næringarupplýsingar:Hitaeiningar: 389, Gordura: 13g, Kolvetni: 25g, Trefjar: 4g, Prótein: 21g

Hambúrguer með ovo og abacate

Porções: 1

Biðtími: 5 mínútur

Hráefni:

1 abacat maduro

1 soðið egg í hverja máltíð

1 rauð cebola fatia

1 tómatar örlög

1 alfa blaða

Gergelim fræ til að skreyta

fara upp að smakka

Ábendingar:

1. Descasque eða abacate og draga sig í hlé til fræ. Court eða abacate ao meio. Það mun þjóna sem samloka. Pôr de lado.

2. Smyrjið steikingarpönnu við meðalhita og steikið eggin í 5 mínútur eða þar til þau eru stíf.

3. Settu kaffivélina úr hendinni með því að setja hana ofan á helminginn af abacatinu með eggi, rauðum cebola, tómötum og beikoni.

4. Cubra með abacate pão sem eftir er.

5. Skreytið með gergelim ofan á og temprað eftir smekk.

<u>Næringarupplýsingar:</u>Kaloríur 458 Samtals Gordura 39g Mettuð Gordura 4g Samtals Kolvetni 20g Fljótandi kolvetni 6g, Prótein 13g Sýra: 8g Trefjar: 14g Natríum: 118mg Kalíum 1184mg

Espinafre bragðmiklar og rjómalöguð

Porções: 2

Sýningartími: 12 mínútur

Hráefni:

½ xicara af amêndoa hveiti

½ colher de chá de alho em pó

½ colher de chá de sal

1 lífrænt egg

1 1/2 litur af natríum

¼ xcara af því feta, ópakkað

½ litur af sopa de azeite

Ábendingar:

1. Settu eða ofn, stilltu hitastigið á 350°F og forvatnaðu.

2. Undirbúðu nú kexblönduna, bætið öllum hráefnunum sem ekki verða fljótandi út í og látið standa í 2 mínútur til að hún verði einsleit.

3. Undirbúið kexið og setjið tilbúna blönduna í bakka og fyrirmynd 1 cm skálar.

4. Setjið bökunarplötu, smurða með olíu, setjið kexið ofan á, í ákveðinni fjarlægð frá hinni hliðinni, og takið úr ofninum í 12 mínútur þar til þau eru elduð og brún.

5. Þegar þau eru tilbúin, láttu kexið þorna í móti í 5 mínútur, færðu þau svo yfir á hæð til að þorna alveg og láttu þau halda áfram.

Næringarupplýsingar:Kaloríur 294, Gordura Samtals 24g, Samtals Kolvetni 7,8g, Prótein 12,2g, Sýra 1,1g, Natríum 840mg

Aveia Especial Maçã Canela

Porções: 2

Hráefni:

1 sneið í teninga

2 litir. Chia fræ

½ sópa. canela em po

½ colher de chá. Hreint baunilha extrato

1¼ c. þú fæddist

sal Kosher

1 c. Ég var með gamla tísku

2 colheres de chá. Mel

Ábendingar:

1. Skiptið grænmetinu, chiafræjunum eða rökum linhaça, leite, canela, mel eða xarope de bordo, extrato de baunilha og saltið í tvær greinar af pedreiro.

Setjið tampana þétt ofan á og hrærið til að blandast alveg saman.

2. Fjarlægðu tampana og settu helminginn af ruslinu í hvert ílát.

Duft með maís canela, ef vill. Fjarlægðu runnana okkar úr tampunum og láttu ísinn standa í minna en 4 klukkustundir eða yfir nóttina.

3. Hægt er að útbúa ísinn í einstökum ílátum í 3 daga.

<u>Næringarupplýsingar:</u>Hitaeiningar: 339, Gordura: 8 g, Kolvetni: 60 g, Prótein: 13 g, Sýrur: 15 g, Natríum: 161 mg.

Egg og belgjurtir (bólgueyðandi sprengja)

Svæði: 4

Svefntími: 35 mínútur

Hráefni:

Nýir batatas, esquartejadas - 10 sinnum

Abobrinha picada - 1

Alho picado - 2 tennur

Pimenta vermelha picada - 1

Súrsaður bitur pipar - 1

Grænn cebola, picada - 2

Extra virgin ólífuolía - 2 colheres de sopa

Sal marine - 0,75 colher de chá

Hraðir af rauðum pimenta - 0,5 colher de chá

Ovos, Grandes - 4

Preta pimenta, moída - 0,25 colher de chá

Ábendingar:

1. Eldið niðurskornu batatana í fjórðunga á stóru borði með vatni og saltið þær, reyndu sex til sex mínútur. Escorra-os discartando a água.

2. Bætið ferskum batatas skornum í fernt í stóra pönnu ásamt pimento, abobrinha eða alho eo azeite. Duftið eggjahasinu ofan á og blandið kjötinu þar til soðnu belgjurtirnar eru soðnar, reyndu að þurrka þær í nokkrar mínútur.

Gakktu úr skugga um að þú blandir vel eða hass á tveggja mínútna fresti til að elda jafnt.

3. Þegar grænmetið er tilbúið skaltu nota colher til að búa til fjóra gíga eða nokkra fyrir eggin að komast inn í. Quebre os ovos nas crateras, um ovo por cratera. Stoppið í ísskápnum og setjið eggin saman í 4 til 5 mínútur.

4. Fjarlægðu ljósið eða nokkrar belgjurtir, borðaðu þær með skál og smakkaðu til Picadinho með ferskum eggjum.

www.ingramcontent.com/pod-product-compliance
Lightning Source LLC
Chambersburg PA
CBHW071902110526
44591CB00011B/1521